AF527244

२००९–१०

महाराष्ट्र राज्यनिर्मिती सुवर्णमहोत्सवानिमित्त
डायमंड पब्लिकेशन्सचा वैविध्यपूर्ण पुस्तकांचा प्रकल्प

प्रकल्प संपादक : मा. प्राचार्य शिवाजीराव भोसले

महाराष्ट्रातील संत कवी

या संतांसी भेटता...

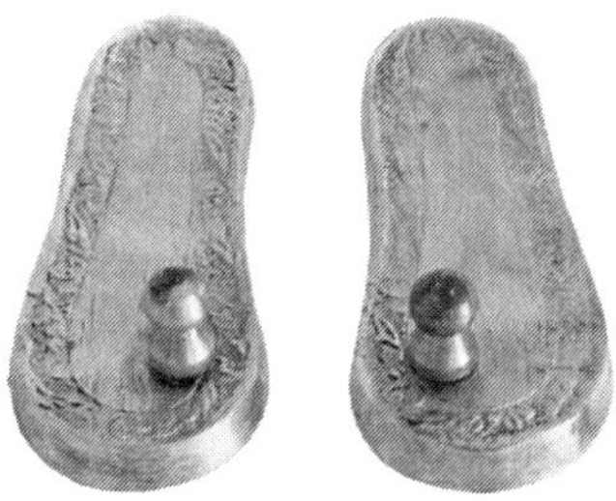

डॉ. आरती दातार

डायमंड पब्लिकेशन्स, पुणे

महाराष्ट्रातील संत कवी

या संतांसी भेटता...

डॉ. आरती दातार

प्रथम आवृत्ती – ऑक्टोबर२००९

पुनर्मुद्रण : २०२१

ISBN 978-81-8483-204 -4

© डायमंड पब्लिकेशन्स, पुणे – ४११ ०३०

अक्षरजुळणी :
डायमंड पब्लिकेशन्स, पुणे

मुखपृष्ठ :
शाम भालेकर

मुद्रक :
ट्रीनिटी अकॅडमी, पुणे

प्रकाशक :
दत्तात्रेय गं. पाष्टे
डायमंड पब्लिकेशन्स,
२६४/३ शनिवार पेठ, ३०२ अनुग्रह अपार्टमेंट
ओंकारेश्वर मंदिराजवळ, पुणे–४११०३०.
☎ ८६०००१०४१६, ०२० – २४४५२३८७

info@dpbooks.in
www.dpbooks.in

Printed at TechShresta Solutions Private Limited, India

मनोगत

महाविद्यालयात १५-२० वर्षं संतसाहित्य शिकवण्याची सुवर्णसंधी मिळाली. संतसाहित्य शिकवताना माझी मला नव्यानं ओळख झाली. जगण्याचं, आनंदाचं साधं-सोपं तत्त्वज्ञान समजलं. मी संतविचारात रमू लागले. माझ्या मराठी मनाला आपली नाळ आध्यात्मिक असल्याची साक्ष पटली. संतांची मांदियाळी माझ्या मनाभोवती फेर धरून नाचू-गाऊ लागली. आनंदाच्या या आवारामुळे मन प्रसन्न, शांत, तृप्त, सोज्वळ झालं.

काय मानू मी संताचे उपकार
मज नित्य जागविती...

कृतज्ञतेच्या भावनेमुळे संतचरित्रं गोष्टीरूपानं समाजमनापर्यंत पोहोचविण्याचा विचार मनात आला. 'सगुण चरित्रे, परम पवित्रे, सादर वर्णावी।' या हेतूने मनामनापर्यंत पोहोचविण्याचं कार्य हाती घेतलं. संतचरित्र म्हणजे आपली आनंदाची सोबत, जगण्याची शक्ती सामाजिक बांधीलकीच्या उपजत भावनेने नटलेले संतविचार, संतसंस्कार, माणुसकी हरवून बसलेल्या, दिशाहीन बनू पाहणाऱ्या समाजजीवनाला सन्मार्ग दाखवतील; समाजमनाची संवेदनशीलता वाढीला लावतील. समाज केवळ पांडित्यामुळे मोठा होत नाही, त्याला ऊब हवी असते माणुसकीची. प्रेम, करुणा, नैतिकता, समर्पण, तडजोड, क्षमा, शांती, सुख यांसारख्या शाश्वत मूल्यांवर समाज उभा हवा, ही संतांची भूमिका सर्व काळात सर्व ठिकाणी अत्यावश्यक आहे. प्रेम ही आपली जगण्याची शक्ती आहे. ती शक्ती आटून-गोटून गेली तर जीवन उद्‌ध्वस्त होईल. प्रेम संपलं की द्वेष, मत्सर, क्रोध, स्वार्थ, हिंसा, अहंकार, अत्याचार यासारख्या शत्रूंचा विळखा

मन मारून टाकेल. संतांनी दाखविलेला भक्तिमार्ग हा प्रेमाचा मार्ग आहे. त्याच्या सोबतीनं आपली आंतरिक शक्ती टिकेल, वाढेल. मानवतेची गुढी उभारून, माणुसकीची पूजा करण्याचा संस्कार करणारी संतचरित्रं ही तृप्त, शांत जीवनाची सोबत आहे.

या आपल्या संतांनी मराठी मनाला चैतन्य दिलं, आत्मज्ञान दिलं, जगण्याची शक्ती दिली. संतचरित्रं गाताना, ऐकताना मनाला स्वत:चा विसर पडतो. मन मोरपिसासारखं हलकं होतं. प्रेम उचंबळून येतं. आपल्यातल्या दुर्गुणांची तीव्रतेने जाणीव होते. आपली आपल्याला नव्यानं ओळख होते. 'आनंदले मन। प्रेमे पाझरे लोचन।' या भावस्थितीत नवी जाग येते.

'सुखदु:ख संसारी। देव धरावा अंतरी।
सारी चिंता हरि हरि।
याचा अर्थ कळतो

आपल्या अवतीभवती असलेल्या थोर महात्म्यांची चरित्र जाणून घ्यावीशी वाटतात. थोर चरित्रं हाच आपल्या संस्कृतीचा ठेवा आहे. चारित्र्यसंपन्न माणूस देवापर्यंत जाऊ शकतो. आपले संत म्हणजे साक्षात देव. या देवांची चरित्रगाथा गाताना, ऐकताना पुण्याच्या राशी गवसतात. संतचरित्रात, साहित्यात जीवनाचं सर्वांगीण ज्ञान असल्यामुळे ते कधीही कालबाह्य होणार नाही. आजच्या विज्ञानयुगात या सर्वांगीण ज्ञानाची नितांत गरज आहे. बाळगोपाळांपासून ते वयोवृद्धांपर्यंत सर्व वयाच्या, स्वभावाच्या माणसांना त्याची सोबत आवश्यक आहे. 'संत भेटता भवदु:ख फिटले' हा अनुभव आपल्याला सुखाची श्रीमंती देतो. सुख-शांतीचा संस्कार करणारी संतचरित्रं आपापल्या कुवतीनुसार आत्मसात केली तर जाणिवा परिपक्व होतील. आजच्या यंत्रयुगाला आनंदी करण्याचा मंत्र संतचरित्रात, साहित्यात नक्की आहे. सतत दुसऱ्याचा दोषनिदर्शन करणारं आपलं मन आत्मज्ञानाला विसरून गेलं आहे. संतसंस्कारांमुळे प्रत्येकाला स्वत:त डोकावण्याची सवय लागेल. यासाठी संतचरित्र गायला हवीत. केवळ या भूमिकेतून 'महाराष्ट्रातील संत कवी' या ग्रंथाचा प्रपंच झाला.

स्वागतपर चार शब्द आपल्या संतांवरील प्रेमामुळे डॉ. ग. वा. करंदीकर यांनी लिहिण्याचे मान्य केले. संतांच्या संस्कारांच्या सोबतीनं निरपेक्ष वृत्तीनं जीवन जगणाऱ्या या आदर्श गुरूंची प्रस्तावना मिळणं हे माझं भाग्य! जन्मदात्यांच्या पुण्याईमुळे, सहजीवनातील तृप्तीमुळे, हितचिंतकांच्या समर्थ सोबतीमुळे, डायमंड पब्लिकेशन्सच्या सहकार्यामुळे माझ्या हातून लेखनकार्य घडलं. या सगळ्या नात्यांत आपलेपणा, जिव्हाळा असल्यामुळे या आपलेपणाला आभाराचं ओझं पेलणार नाही, या जाणिवेतून मनातील आनंद, प्रेम, आदर, कृतज्ञता व्यक्त करताना नियंत्याला वंदन करते! ही लेखनसेवा माउलींच्या चरणी अर्पण करते.

डॉ. आरती दातार

संत आपुले गुरू
संतमूल्य महामेरू
संत जीवनाचे तारू
संतसंग नित्य धरू

लेखकपरिचय

प्रा. डॉ. आरती दातार

निवृत्त मराठी विभागप्रमुख, आबासाहेब गरवारे महाविद्यालय, पुणे

* तीस वर्षांचा अध्यापनाचा अनुभव.
* संतसाहित्य हा प्रेमाचा विषय.
* 'महाराष्ट्र विद्या मंडळ' या शिक्षणसंस्थेची मानद चिटणीस.
* 'नेस्पा' या संघटनेची उपाध्यक्ष.

लेखन

'साहित्याने मला काय दिले?' - संपादन

४० थोर साहित्यिकांच्या मुलाखतींवर आधारित

'व्यायाम प्रत्येकासाठी'-या पुस्तकाचे शब्दांकन. वारकरी संतांची गोष्टीरूप चरित्रं.

२५० हून अधिक लेख - वृत्तपत्र, मासिके, स्मरणिका, अभ्यासखंड इ.

व्याख्याने - संतचरित्रांवर आधारित व्याख्याने, प्रवचने, ५०० हून अधिक.

पुरस्कार

* एम्. फिल्च्या प्रबंधाला डॉ. सुहासिनी लद्दू पुरस्कार
* आदर्श शिक्षक पुरस्कार
* जागतिक मराठा चेंबर ऑफ कॉमर्स तर्फे जागतिक महिला वर्षाच्या निमित्ताने उल्लेखनीय कार्य करणारी महिला पुरस्कार
* अभ्यास वर्ग - दासबोध, मनाचे श्लोक, तुकाराम गाथा, नामदेव गाथा इ.

स्वागताचे चार शब्द

महाराष्ट्रातील पाच प्रमुख संतांच्या साहित्याचा आणि त्यांच्या जीवनचरित्राचा अभ्यास करून प्रा. डॉ. आरती दातार यांना जो भक्तिसुगंध लाभला, त्याचा आस्वाद सर्वसामान्य वाचकांनाही घेता यावा, यासाठी त्यांनी 'महाराष्ट्रातील संतकवी' हा छोटा ग्रंथ लिहिला. हा ग्रंथ आकाराने लहान असला तरी तो अत्तराच्या कुपीसारखा आहे. त्यातील 'भावगंध' पानोपानी दरवळतो आहे. ज्ञानदेव, नामदेव, एकनाथ, तुकाराम आणि रामदास ही संतांची नावे मराठी माणसाच्या मुखात ईश्वराच्या नामस्मरणासारखी रेंगाळत असतात. गुलाब, मोगरा, पारिजातक, चाफा, केवडा ही वेगवेगळा सुगंध देणारी फुले एकाच उद्यानात उमलतात. त्यांचा गंध त्यांच्या रंगरूपाप्रमाणे वेगवेगळा असला तरी त्यांच्या परिमलाचा परिणाम एकाच स्वरूपाचा असतो. प्रत्येक गंध माणसाच्या वृत्तींना अंतर्मुख करतो.

जनसामान्यांबद्दल वाटणाऱ्या अपार करुणेतून या पाचही संतांचे साहित्य प्रकट झाले आहे. त्यांच्या ओवीचा किंवा अभंगाचा एखादा चरणही माणसाच्या वृत्तीत सद्भाव निर्माण करू शकतो. कोणी कशाही वृत्तीचा असो, 'जय जय रामकृष्ण हरि' हा मंत्र उच्चारताच किंवा तो कानी पडताच एक वेगळी जाणीव निर्माण होते. अशी जाणीव निर्माण करण्याचे सारे श्रेय महाराष्ट्रातील अशा संतसज्जनांचे आहे!

डॉ. आरती दातार यांनी साहित्यशास्त्रातील एका दुर्लक्षित विचाराला नकळतपणे प्रकाशझोतात आणले आहे. काव्यापासून 'आनंद' प्राप्त होतो तो त्यातील नवरसाने की त्यातील भावगंधाने? रसवत्तेपेक्षा गंधात्मक प्रचीती सहजपणे प्राप्त होते. यासंबंधी सविस्तर विवेचन येथे करता येणार नाही; पण लेखिकेने

संतश्रेष्ठ ज्ञानदेवांबद्दलच्या पहिल्याच लेखाला अप्रतिम शीर्षक दिले आहे. 'देह अवघाचि चंदन' ते हे शीर्षक!

ज्ञानदेवांना आपल्या आयुष्यात अभूतपूर्व दु:खभोग भोगावे लागले, तरीही त्यांनी भोवतालच्या समाजावर माउलीसारखे प्रेम केले. विश्वाचे आर्त त्यांच्या हृदयात दाटले आणि 'पसायदान' लिहिताना 'जो जे वांछील, ते त्याला मिळावे,' असा सद्भाव त्यांनी व्यक्त केला. त्यांच्या संजीवन समाधीचा अपूर्व प्रसंग तर श्रद्धाळू भाविकाला संजीवक प्रेरणा देणारा आहे. ज्ञानदेवांच्या अक्षराअक्षरांना भागवत धर्माचा त्यांनीच महाराष्ट्रात पाया घातला. संत नामदेवांनी या भक्तिमार्गाची पताका थेट पंजाबपर्यंत नेऊन पोहोचविली. प्रपंच आणि परमार्थ यांचे ऐक्य साधून शांतिब्रह्म एकनाथांनी या भक्तीला आपल्या वाणी-लेखणीने बळकट आधार दिला. या भक्तिमंदिराचे कळस ठरले; संतश्रेष्ठ तुकाराम; आणि त्यावर महाराष्ट्रधर्माची ध्वजा उभारली समर्थ रामदासांनी!

या भक्तिपरंपरेचा उगम अगदी वेदकाळापर्यंत मागे नेता येतो. विविध दैवते, त्यांची उपासनापद्धती, गुरू-शिष्यपरंपरेने एका पिढीपासून दुसऱ्या पिढीपर्यंत प्राप्त झाली आहे. भक्तीचे तत्त्व पटवून देणारे ग्रंथ, अभंगवाङ्मय, दोहे, विविध स्तोत्रे, आरत्या, पूजाविधी यांची भारताच्या सर्व प्रांतांत, सर्व भाषांतून संपन्न अशी गौरवशाली परंपरा आहे. विविध संप्रदाय, विविध उपासनापंथ यांच्यामुळे वैदिक परंपरेशी नाते सांगणारा भागवतधर्म टिकून राहिला आहे.

कीर्तनभक्तीने आणि एकाग्र श्रवणाने समाजमन भरून जाते. सगुण चरित्रे कीर्तनातून गायिली जातात. त्याच आत्मीयतेने डॉ. आरती दातार यांनी महाराष्ट्रातील पाच प्रमुख संतांचा महिमा वर्णिला आहे. लेखिकेच्या भाषाशैलीवर संतांच्या दैवी वाणीचा प्रभाव पडलेला आहे. आपल्या प्रतिपादनाच्या आधारासाठी अनेक संतवचने आलेली आहेतच; पण विशेष म्हणजे डॉ. दातार यांची सुभाषितासारखी आशयघन अनेक मधुर निवेदनशैली पाहून आपले मन प्रफुल्लित होते. आपण या ग्रंथाचे मनापासून स्वागतच करावे.

डॉ. ग. वा. करंदीकर

अनुक्रमणिका

या संतांसी भेटता । हरे संसाराची व्यथा ।

संतमहिमा थोर

आपला महाराष्ट्र ही संतांची जन्मभूमी, कर्मभूमी आणि पुण्यभूमी आहे. महाराष्ट्राचे परमभाग्य असे की, महाराष्ट्राला शतकानुशतकं संतांची मांदियाळी लाभली. या साऱ्या संतांनी सामाजिक बांधिलकीच्या उदात्त भावनेतून, विश्वकल्याणाच्या व्यापक जाणिवेतून महाराष्ट्राची भूमी, माणसाच्या आध्यात्मिक प्रगतीच्या विचारातून पावन केली. या पवित्र भूमीत आपण जन्म घेतला, हे मराठी माणसाचं परमभाग्य! १३ व्या शतकात संतश्रेष्ठ ज्ञानेश्वरमहाराजांनी वारकरी संप्रदायाचा पाया घातला. देवाकडे जाण्याचा भक्तिमार्ग सर्वांसाठी मोकळा केला. संत ज्ञानेश्वरांना समकालीन असणाऱ्या भक्तराज नामदेवांनी भक्तिमार्गाची पताका पंढरपूरपासून पंजाबपर्यंत फडकावली. शांतिब्रह्म एकनाथांनी भागवत धर्म बळकट केला. जगद्‌गुरु संत तुकाराममहाराजांनी एका सामान्य माणसाचा साक्षात्कारी संत होतो, हे स्वत:च्या उदाहरणावरून दाखवून दिलं. राष्ट्रगुरु समर्थ रामदासांनी काळाच्या गरजेनुसार ज्ञानदेवांच्या भक्तीला शक्तीची जोड दिली. १३ व्या शतकापासून १७व्या शतकापर्यंतचा कालखंड संत ज्ञानेश्वर, नामदेव, एकनाथ, तुकाराम, रामदास यांच्या अस्तित्वाने सामाजिक, सांस्कृतिक, धार्मिक, आध्यात्मिक, कार्याने वैभवशाली झाला. हे पाच संत म्हणजे महाराष्ट्राचे वेदमहर्षी त्यांचं साहित्य म्हणजे संस्कृतीचा कळस, शाश्वत मूल्यांचा खजिना.

तेराव्या शतकात सुरू झालेली ही संतपरंपरा आजच्या काळातही मोठ्या दिमाखानं चालू आहे. पूज्य गोंदवलेकरमहाराज, शेगावचे गजाननमहाराज, शिर्डीचे साईबाबा, पंढरपूरचे धुंडामहाराज देगलूरकर, पुण्यनगरीतले जोगबुवा, सोनोपंत

दांडेकर यांच्या रूपानं भक्तिसंप्रदायाचा ध्वज डौलाने फडकताना दिसतो. ही सारी संतमंडळी आज आपल्यात देहरूपाने नसली तरी त्यांच्या साहित्यातील तत्त्वज्ञानातून ती आपल्यात असल्याचा साक्षात्कार आपल्याला होतो. त्यांची शिकवण जगण्याला चैतन्य देते. सात्त्विक, सोज्वळ, संयमी विचारांचं धन संतसाहित्यात सापडतं. संतांचं जीवन व साहित्य या दोन गोष्टी निराळ्या नाहीत. त्यांच्या साहित्यात त्यांच्या जीवनाचं थेट प्रतिबिंब पडलेलं दिसतं. त्यामुळे त्यांच्या साहित्याचा अभ्यास केला, की संस्कारांचा वर्षाव होतो. सुखी जीवनाचा मंत्र सापडतो. माणुसकीचा गहिवर येतो. संतांच्या वाटेवरून गेलो तर आयुष्य सत्कारणी लागतं. संतचरित्रे, त्यांचं अलौकिक साहित्य जाणून घेण्याचा निश्चय केला तर मनाची कवाडं सताड उघडतात. आत्मपरीक्षणाचं महत्त्व समजतं. आत्मज्ञानाची पहाट होते. मन निवतं, स्थिर होतं.

पंढरपूर

ज्ञानोबांपासून विनोबांपर्यंत संतांची अखंड परंपरा लाभलेली ही पवित्र भूमी. मराठी मन संतांवर मनापासून प्रेम करतं. संत म्हणजे साक्षात देव, अशी श्रद्धा बसते. संत म्हणजे परीस. या परीसस्पर्शाने आपलं अवघं जीवन उजळून निघतं. संतांनी आखून दिलेल्या भक्तिमार्गाच्या वाटेवरून त्यांचं बोट धरून चालू लागलं, की ते थेट आपल्याला पंढरपूरला घेऊन जातात. पंढरी म्हणजे वारकऱ्यांचं भक्तिपीठ, भूतलावरचं वैकुंठ, पंढरी म्हणजे पांडुरंगाची नगरी. विष्णूचा अवतार समजल्या गेलेल्या पंढरीच्या विठ्ठलमूर्तीत वारकऱ्यांची सारी शक्ती सामावलेली आहे. त्यामुळे राष्ट्रीय एकात्मता सांधणारा पंढरपूरच्या विठ्ठलभक्तीचा चिवट धागा आजही भाविकांना खुणावतो. सर्व संतांचे माहेर असलेल्या भूवैकुंठ पंढरीचे आणि पंढरीनाथ विठ्ठलाचे माहात्म्य सर्वश्रुत आहे. ज्ञानेश्वर माऊलींना पंढरपुरी विसावा मिळत असल्यामुळे पंढरपुरी जाण्याची ओढ वाटते. माउली म्हणतात, 'जाईन गे माये तया पंढरपुरा। भेटेन माहेरा आपुलीया।।' नामदेवांना पंढरपूर म्हणजे 'अनंत तीर्थाचे माहेर। अनंत रूपाचे सार।।' वाटतं. तुकोबारायांना पंढरी 'धन्य' वाटते. पंढरीत प्रेम, भक्ती, सुखाचा लाभ होत असल्यामुळे पंढरीची त्यांना ओढ वाटते. तुकोबा सांगतात,

'पंढरीचा महिमा। देता आणिक उपमा।
ऐसा ठाव नाही कोठे। देव उभाउभी भेटे।
आहेति सकळ। तीर्थकाळ देती फळ।
तुका म्हणे पेठ। भूवरी हे वैकुंठ।।'

भूवरल्या पंढरीला गेलं की सावळ्या पंढरीनाथाची - विठूची भेट होते. सावळ्या विठूवर नितांत श्रद्धा बसते. त्यामुळे 'पावले चालती पंढरीची वाट' ही भाविकांची जीवनशैली बनते. खांद्यावर पडशी, गळा तुळशीमाळ, हाती टाळ-मृदंग घेऊन पंढरीच्या पवित्र वाटेनं जाणारं मराठी मन आपल्या संस्कृतीचा ठेवा आहे. पंढरीच्या वाटेनं जायला लागलं की पातकं नष्ट होतात. मन शुद्ध होतं. संस्कृतीचा अभिमान वाटणाऱ्या सुखशांतीचा ध्यास असणाऱ्या प्रत्येक भाविकानं एकदा तरी पंढरपुरी जावं. श्रद्धापूर्ण मनानं विठूचं दर्शन घ्यावं. त्याला उराउरी भेटावं. दर्शनाने मनाला सुख-दुःखाचा विसर पडतो, देहभाव हरपून जातो, विठूत मन सामावतं.

अनंत जन्मीचं विसरलो दुःख
पाहतां तुझे मुख पांडुरंगा।।

आनंदाने बेहोष झालेलं मन विठुनामाचा गजर करू लागतं आणि अवघी पंढरी विठुनामाच्या गजराने दुमदुमून जाते.

उठा जागे व्हा आतां।
स्मरण करा पंढरीनाथा।
भावें चरणीं ठेवा माथा।
चुकवी जन्माच्या व्यथा।।

वारकरी संप्रदायाचं आराध्य दैवत श्रीविठ्ठल. वारकरी संप्रदाय म्हणजेच महाराष्ट्रीय संतांचा हा भागवतधर्म. पंढरीच्या भगव्या झेंड्याखाली समाजाला एकत्र आणतो, समतेचा संस्कार करतो, माणुसकीची पूजा करतो.

भागवतधर्म

भक्ती ही ज्ञानदेवांच्या भागवतधर्माची आत्मज्योत. अनन्यभावाने ईश्वराला शरण गेलं की त्याच्या प्रेमाचा अनुभव येतो. देवाच्या प्रेमामुळे माणूस दुःखापासून

दूर जातो. प्रेमभक्तीमुळे भक्ताला मायेचा विश्वासक आधार मिळतो. जगण्याची शक्ती मिळते. सामान्य माणसाला भक्तीच्या सुलभ मार्गाने आत्मज्ञानाची ओळख करून देण्यासाठी भगवंताने जो मार्ग सांगितला त्याचं नाव भागवतधर्म. भगवंताने उपदेशिलेला तो भागवतधर्म. सामान्य भगवद्भक्तांनी आचरणात आणलेला तो भागवतधर्म. माणसाला माणुसकी शिकविणारा तो भागवतधर्म. या धर्माने समाजात समतेचा आणि सदयेचा पुरस्कार करून ऐक्याची भावना निर्माण केली. जातिभेद, द्वेष, मत्सर याकडे पाठ फिरवून समतेची भावना निर्माण करणारा, समाजोद्धाराची तळमळ असणारा हा भागवतधर्म 'आमुचा देव पांडुरंग' असं भक्तिभावाने म्हणत त्याच्या चरणी लीन होतो. व्यक्ती चारित्र्यसंपन्न हवी, ध्येयनिष्ठ हवी; समाज प्रेमभावनेने बांधलेला हवा. सामाजिक सद्गुणांची कास धरणारा, समाजाला उच्च पातळीवर घेऊन जाणारा भागवतधर्म लोकप्रिय झाला, सगळ्यांना आपला वाटला. 'सर्वांभूती ईशभाव' या भक्तितत्त्वावर भर देणारा हा धर्म आजही आवश्यक आहे. सद्गुणांची पूजा आणि दुर्गुणांवर हल्ला हा भक्तीचा पाया. भागवत धर्म जसा वैश्विक आहे तसा तो लोकधर्म आहे. भागवतधर्माच्या झेंड्याखाली एकत्र आलेल्या भाविक समाजाने अतीव प्रेमाने, भक्तिभावाने अवघ्या विश्वाला आपलंसं केलं. 'आम्हा सापडले वर्म। करू भागवत धर्म।' असं अत्यानंदाने गात गात भागवतधर्माचा झेंडा मिरवणारे असंख्य भाविक संस्कृतीचा समृद्ध वारसा अभिमानाने जपतात.

महाराष्ट्राचे पंचप्राण

मराठी मन स्वत:च्या प्राणापलीकडे आपल्या देवावर म्हणजे ज्ञाना–नामा–एका –तुका–रामदास या संतांवर प्रेम करतं. या संतांची अमृतवाणी म्हणजे आपली संजीवनी. ज्ञानेश्वरीच्या वाचनाने मन स्थिर होतं. सततच्या वाचनाने, पारायणाने मन त्या सद्विचारात रमून जातं, स्वत:ला विसरायला लावतं. जन्म-मृत्यूचं भान हरपतं. मृत्यूची भीती मिटून जाते. अलिप्तपणे जगण्याचा मंत्र मिळतो. 'भीत नाही मी कुणा' ही मुक्तीची अवस्था प्राप्त होते. अशी मुक्त माणसं मी माझ्या घरात बघितली. त्यांचा संस्कार माझ्या मनावर झाला. आपल्या परदेशात स्थायिक झालेल्या नातवंडांसाठी, 'अवघे पाऊणशे वयमान' असलेले, अनेक व्याधींनी जर्जर झालेले, 'ज्ञानेश्वरी'च्या नऊ हजार ओव्यांचं इंग्रजीत भाषांतर

करण्याचं शिवधनुष्य पेलणारा देवमाणूस खूप जवळून बघण्याचं भाग्य मला लाभलं. 'काम करतां करतां देख देवाजीचं रूप' याची प्रचिती आल्यानंतर अवघ्या सात महिन्यांत भाषांतराचं काम पूर्ण करणारा कर्मयोगी मला आदर्श वाटला. 'लागले नेत्र रे पैलतीरीं' अशा अवस्थेत ज्ञानेश्वरीच्या कामात भावसमाधी लागलेला देवमाणूस पाहिला की वृद्धत्व, एकटेपणा आपला आपण सोपा करायचा असतो, हा कायमस्वरूपी संस्कार मनावर गोंदला गेला. अशी देवमाणसं म्हणजे आधुनिक काळातले चालतेबोलते संत. या संतांचा निष्काम कर्मयोग आणि अजानवृक्षाच्या फांदीसारखी असलेली नम्रता आपल्याला अंतर्मुख करते. सतत आनंदाच्या डोहात वावरणाऱ्या अशा संतांचा आदर्श समाजाने ठेवून, त्यांच्या आचरणानुसार कृती केली तर माऊलीचं जग सुखी असण्याचं स्वप्न नक्की साकार होईल. 'बुडति हे जन। न देखवे डोळां।' या उदात्त भव्य-दिव्य भूमिकेतून सर्व संतांनी आपलं आयुष्य सत्कारणी लावलं, समाजात आध्यात्मिक जागृती आणण्याची क्रांती केली.

'सर्वेपि सुखिनः सन्तु सर्वे सन्तु निरामयाः।'

ही वैश्विक प्रार्थना. 'समता वर्तावी। अहंता खंडावी।' ही संतांची शिकवण आजच्या काळात अनुसरण्यासारखी आहे. अहंकार माणसाचा शत्रू आहे. कर्तृत्वाचा अहंभाव बाळगू नका, सारं काही देवापायी समर्पित करा. अहंकाराला तिलांजली दिल्याशिवाय परमार्थाची वाट दिसत नाही. परमार्थाच्या वाटेनं जाताना संसाराचा त्याग करावा लागत नाही, हा डोळस विचार सर्व संतांनी दिला. संसाराचा उपयोग भक्तीचं साधन म्हणून करा, असा विचार संत एकनाथांनी स्वानुभवातून सांगितला. 'आधीं केलें। मग सांगितलें।' हा संतबाणा अनुकरणीय आहे.

संतसाहित्य आजच्या युगात घरोघरी हवं. ज्ञानेश्वरी, गाथा, भागवत, दासबोध हे ग्रंथराज आपल्या देवघरात हवेत. त्यातली शिकवण हा आपला दैनंदिन जीवनाचा अमूल्य ठेवा आहे. त्याची पूजा करून प्रसाद म्हणून तो प्रत्येकाने वाचून आचरणात आणायला हवा. संतसाहित्याचं वैभव ज्याच्या घरी नाही तो दुर्दैवी! अशा करंट्यांचा निषेध करताना विडंबनकार प्र. के. अत्रे परखडपणे म्हणतात,

'ज्याच्या घरी नाही गाथा।
त्याच्या शिरी हाणा लाथा।।'

ज्ञानदेव हे आपल्या संस्कृतीचे कळस. त्यांनी समाजाला सुलभ भक्तिमार्ग सांगितला. नाम्या-तुक्याच्या अभंगांनी जगण्याची शक्ती दिली. नाथांनी प्रपंच परमार्थाचा मंत्र दिला. समर्थांनी प्रयत्नवादाचं महत्त्व सांगून अखंड सावधानता दिली. साध्या, सरळ, नम्र, शुद्ध, विवेकी, चारित्र्यसंपन्न माणसाला देव भेटतो असा दिलासा दिला. दुर्जनांचा धिक्कार केला.

'तुका म्हणे ऐशा नरा।
मोजुनि माराव्या पैजारा।।'

ज्ञानदेव, नामदेव, एकनाथ, तुकाराम, रामदास या पाच संतकवींची सामाजिक कार्याची पद्धती निरनिराळी होती; पण समाजोद्धाराची, लोककल्याणाची तळमळ एकसारखीच होती. मानवतावादाची गुढी उभारायचं त्यांचं स्वप्न एकच होतं. प्रत्येकाला दुसऱ्याची उंची माहिती असून मान्य होती. त्यांच्यात कसलीही स्पर्धा नव्हती. भक्तीच्या सुगंधी दोऱ्यात जणू त्यांच्या विठूनं माळलेला हा रत्नांचा हार होता. प्रत्येक रत्नाचं तेज स्वयंभू होतं. तरी प्रत्येकानं दुसऱ्या रत्नाला पैलू पाडण्याचं काम केलं. समाजहितासाठी त्यांचं जगणं तेजस्वी होतं. या संतरूपी रत्नांचा विचार, विवेक, कृती सार्वत्रिक होती. त्यांच्या वैश्विक तत्त्वज्ञानाचा परामर्श आजच्या काळाला लागू पडणारा असल्यामुळे त्यांच्या चरित्राचा, कार्याचा व साहित्याचा आढावा घेण्याचा प्रयत्न अनेक विचारवंतांनी यापूर्वी केला असला तरी, त्यातल्या ताजेपणामुळे तो परत परत करावासा वाटतो.

वारी

गेली सात-आठशे वर्षे नित्यनेमाने आळंदीपासून पंढरीला जाणारी भागवतधर्मीयांची वारी म्हणजे एक चमत्कार आहे. या वारीसाठी कोणी कोणाला निमंत्रण देत नाही. एका आंतरिक शक्तीचे लाखो भाविक ऐक्याच्या भावनेने, विठूच्या प्रेमामुळे एकत्र येतात. ऊन-पाऊस, सुख-दुःख, श्रीमंत-गरीब कशाची पर्वा न करता एकदिलाने वारीत विरघळतात. या वारीत प्रसारमाध्यमांच्या जाळ्यात अडकलेली तरुण पिढीसुद्धा सामील होते. भक्तिमार्गी मनाला वारीचं वेड लागतं. वारी करणारा तो वारकरी. 'माझे जिवीची आवडी। पंढरपुरा नेईन गुढी।।' असं भक्तिभावनेने सांगणारे ज्ञानेश्वर स्वतः वारकरी होते. म्हणजे १३ व्या शतकापासून

वारीची ही गंगोत्री, भक्तीचा संदेश देत दुथडी भरून अजूनही अखंड वाहते. सामूहिक ऐक्याची, सद्भावनेची, प्रेमाची, भक्तीची निशाणी देणारी वारी म्हणजे जीवनाची एक दिव्य अनुभूती आहे. लाखो भाविकांचा अथांग सागर असलेल्या वारीची शिस्त अवर्णनीय आहे. वारकरी 'सहनाववतु सहनौ भुनक्तु' या श्रद्धेने एकदिलाने लाडक्या विठूच्या भेटीला जातात. भेटीचा आनंद मनी साठवून परततात. ही वारी म्हणजे भाविकांचं पंधरा-वीस दिवसांचं शिबिर. भाविकांची मांदियाळी. भक्तिमाहात्म्य घरोघरी पोहोचविण्यासाठी वारकरी आपल्याला सांगतात,

'पंढरीचा वारकरी। वारी चुकों न दे हरी।
होय होय रे वारकरी। पाहें पाहें रे पंढरी।।

तीर्थक्षेत्र

देहू, आळंदी, नेवासा, पैठण, पंढरपूर, चाफळ या तीर्थक्षेत्री भाविकांचं मन व पावलं आपोआप वळतात. संत ज्ञानदेव, नामदेव, एकनाथ, तुकाराम, रामदास या प्रत्येकाचं नातं एकेका गावाशी आहे. संतस्पर्शाने पवित्र झालेली लहान-मोठी असंख्य गावं आहेत की, त्यांना तीर्थक्षेत्र म्हटलं जातं. तीर्थक्षेत्र म्हणजे नदीकाठी वसलेलं एक सुंदर, छोटसं, निसर्गसंपन्न गाव. संतांच्या वास्तव्यानं पावन झालेल्या या गावी तीर्थक्षेत्री भाविकांची यात्रा भरते.

आळंदी

माऊलींच्या पदस्पर्शाने पुनीत झालेली आळंदी म्हणजे स्वर्गीय सुखाचं माहेरघर. चैतन्याच्या चांदण्यांचं दर्शन आजही आळंदीत घडतं. या आळंदीची पुण्याई अशी की या भूमीत माऊलींनी संजीवन समाधी घेतली.

समाधी घेतली आळंदी। भोंवती शोभे सिद्धमांदी।।
सन्मुख पुढे अजानवृक्ष। देव येती तेथे साथ।।
कीर्तन गजरीं। नामघोष चराचरीं।।
ऐसा सोहळा आनंद। एका जनार्दनी नाही भेद।।

आळंदी म्हणजे माऊलींचं चालतंबोलतं स्मारक. संजीवन समाधीच्या नुसत्या दर्शनाने जीवनात धन्यता वाटते. खऱ्या भक्ताला आजही त्या पवित्र जागी माऊली भेटते. संजीवन समाधीवर माथा टेकला की देहभान हरपून जातं. मांगल्य, पावित्र्य, शुचिता यांच्या लाटांनी मन पवित्र होतं. माऊलींच्या दर्शनाने जीवन अंतर्बाह्य बदलल्याची साक्ष पटते. माऊलींशी हृदयसंवाद होतो. आळंदी म्हणजे वारकऱ्यांचं ज्ञानपीठ.

देहू : आळंदी या संतांच्या विश्रांती स्थानापासून जवळच असलेलं देहू गाव म्हणजे तुकोबारायांची जन्मभूमी, कर्मभूमी.

धन्य देहू गाव पुण्यभूमी ठाव।
तेथे नांदे देव पांडुरंग ।।

पैठण : पैठण ही ज्ञानदेवांची परीक्षाभूमी, तर शांतिब्रह्म एकनाथांची जन्मभूमी. गोदातीरी वसलेलं पैठण म्हणजे शांतीचं माहेरघर.

नेवासे : नगर जिल्ह्यात प्रवरेच्या तीरी वसलेलं नेवासं म्हणजे देवाचं निवासस्थान. या नेवाशात भगवान विष्णूंनी मोहिनीराजाचं रूप घेऊन देवांना अमृत वाटलं. या अमृताचा स्पर्श ज्ञानियांच्या राजाला झाला. या तीर्थक्षेत्री भाविकांना आजही देव भेटतो.

भक्ती

भक्ती ही वारकरी संप्रदायाची जीवननिष्ठा. भक्ती म्हणजे प्रेम, प्रेमामुळे देव आपलासा होतो. प्रत्येक प्राणिमात्रात देवत्वाचा अंश आहे, असं सांगून त्याच्यावर निरपेक्ष प्रेम करणं म्हणजे भक्ती. भक्ती म्हणजे देवपूजा. भक्तीत अंतरीचा जिव्हाळा, मायेचा ओलावा असतो. आर्तता हा भक्तीचा पाया. आर्तता म्हणजे व्याकुळता. आर्त मनानं देवाचा पुकारा करणं ही भक्तीची पहिली पायरी. प्रत्येकाच्या जीवनात अशा काही घटना घडतात, की माणूस अंतर्मुख होऊन भक्तिमार्ग स्वीकारतो. देवावर प्रेम केलं, त्याची स्तुती केली, त्याचं सोज्वळ, राजस रूप डोळ्यात-मनाच्या गाभाऱ्यात साठवलं, की अत्यानंदाच्या सरी बरसतात. देवाच्या रूपानं मनाला 'सोयरा' भेटतो.

भक्तीचे नऊ प्रकार आहेत. नवविधा भक्तीने देवाला भजावे, असा संकेत आहे. ज्ञानेश्वरीच्या सहाव्या अध्यायात नवविधा भक्ती सद्‌गुरूला अर्पण केली आहे. श्रवणापासून आत्मनिवेदनापर्यंत सर्व प्रकारांनी गुरूचं भजन, पूजन करता येते.

श्रवणं कीर्तनं विष्णोः स्मरणं पादसेवनं ।
अर्चनं वंदनं दास्यं सख्यमात्मनिवेदनं ।।

माऊलींच्या पावलावर पाऊल ठेवून नामदेव, एकनाथ, तुकाराम, रामदास या सर्व संतांनी नवविधा भक्तीचे निरूपण केले आहे.

भक्ती म्हणजे परमेश्वराची सहजस्थिती. कर्म-ज्ञान-भक्ती यांच्या एकतानतेतून

जीवन परिपूर्ण होतं. जीवन हा ज्ञाननिष्ठांचा कर्मयोग आहे. हा कर्मयोग निष्काम आहे. कर्मबंधनातून मुक्ती अभिप्रेत आहे. सर्व संतांचा भर भक्तिशास्त्रावर असला तरी ज्ञान-कर्म-भक्ती यांचा समन्वय त्यांना अभिप्रेत आहे. कारण त्याशिवाय जीवन सुंदर व सुखी होत नाही. भक्तीला ज्ञानयोगाची व कर्मयोगाची जोड हवी, असा संतविचार आहे. भक्तिमार्गाची उभारणी कर्मयोग-ज्ञानयोगाच्या भरभक्कम पायावर होते.

महाराष्ट्राच्या मध्ययुगीन इतिहासात संतमंडळाने अलौकिक कार्य केलं. या महान कार्याची जाणीव आजच्या काळातल्या सुशिक्षितांना असली पाहिजे. संतांच्या अभंगवाणीनं अवघ्या महाराष्ट्राला विचारधन दिलं, जगण्याची शक्ती-युक्ती-भक्ती दिली म्हणून तर गानसम्राट भीमसेन जोशींच्या अभंगवाणीत साक्षात पांडुरंग भेटतो. म्हणजेच माणूस स्वत:ला विसरतो. ताण-तणावांपासून घटकाभर सहजपणे लांब जातो. तामस वृत्ती पालटतात. सध्याच्या धावपळीच्या जीवनात पावलोपावली संघर्षांना सामोरं जावं लागतं. संघर्ष माणसाला उद्‌ध्वस्त करतात. दुष्टवृत्ती सज्जनांवर मात करते. विज्ञानयुगात भयानक लोकसंहारक यंत्र निघाली आहेत. ज्ञानेश्वरादी संतांनी विज्ञानाकडे कधीच पाठ फिरवली नाही. विज्ञानाचा त्यांनी कधी निषेध केला नाही. समर्थांनी तर विज्ञानाकडे डोळसपणे बघण्याची दृष्टी दिली. त्यामुळे विज्ञानाच्या आहारी जाणाऱ्या पिढीने संतविचार समजून घेण्याची नितांत गरज आहे. आजच्या यंत्रयुगातल्या प्रत्येक प्रश्नाचं उत्तर संतांनी आपल्या साहित्यात दिलेलं आहे. त्यामुळे संतसाहित्याचा सखोल अभ्यास ही आजच्या काळाची खरी गरज आहे. माणसाच्या अंतरंगाचा विकास करून त्याच्यातील मानवता वृद्धिंगत करणाऱ्या संतसाहित्याची सोबत समाजमनाला हवी.

संतसाहित्य

मराठी वाङ्मयाच्या सुरुवातीच्या अवस्थेत निर्मिती झालेल्या या कसदार साहित्याची समाजमनावरची पकड एकविसाव्या शतकातही टिकून आहे. भक्ती व तत्त्वज्ञान यांची सुंदर संगत असलेलं संतसाहित्य म्हणजे ज्ञानाची संपन्न कोठारं. ज्ञान म्हणजे चौसष्ट कलांचा अभ्यास नाही. खरं ज्ञान म्हणजे आत्मज्ञान. यालाच अध्यात्म म्हणतात. सर्व संतांनी आपल्या चरित्रातून व साहित्यातून आध्यात्मिक समता प्रस्थापित केली. आत्मज्ञान म्हणजे अध्यात्मविद्येचा परमबिंदू, अर्थात परमार्थ.

'जेणे परमार्थ वोळखिला।
तेणे जन्माचे सार्थक केले।।'

असं समर्थ सांगतात.

दासबोधात समर्थ म्हणतात...

> ***'ऐक ज्ञानाचे लक्षण। ज्ञान म्हणजे आत्मज्ञान।***
> ***आपणासि पहावे आपण। या नाव ज्ञान।।'***

जगाचं ज्ञान कवेत घेणाऱ्या आजच्या काळातल्या प्रत्येकाला स्वत:ची ओळख होण्याची नितांत गरज आहे. सतत दुसऱ्यावर टीकेचं अस्त्र उगारणाऱ्या अहंकारी मनाने स्वत:त डोकवायची सवय लावून घ्यायला हवी. नको इतक्या वाढलेल्या व्यापात त्याला स्वत:साठी, स्वत:च्या कुटुंबीयांसाठी द्यायला वेळ नाही, इच्छा नाही. अहोरात्र पैशाच्या मागे धावण्यात तो सुख शोधत फिरतोय आणि सुखासीनतेच्या कल्पनेने हताश, निराश होतोय. संतसाहित्यातील संस्कारांच्या सोबतीत त्याला खरा जीवनाचा सूर नक्की सापडेल. प्रत्येकानं आपल्या आवाक्यानुसार संतसाहित्याचा आस्वाद घ्यायला हवा. 'संतसाहित्य अभ्यास मंडळ' स्थापन होणं ही खरी आजच्या काळाची गरज आहे. एकदा मनाला त्याची गोडी लागली की अवघं आयुष्य रसाळ, भक्तिमय होऊन जाईल.

संतसाहित्य हे मराठी साहित्याचा आणि संस्कृतीचा अविभाज्य घटक आहे. भारतीयांचा संपन्न वारसा आहे. महाराष्ट्राचे सांस्कृतिक संचित आहे. मराठी संस्कृतीत विरघळून गेलेलं संतसाहित्य आपल्या श्वासात सामावून जायला हवं. संतसाहित्याचा महिमा अगाध आहे.

संतसाहित्याचा महिमा थोर

संतसाहित्याचा महिमा थोर
विश्वभरी दरवळे निरंतर
संस्कार मूल्यांचे सूर्यतेज
जीवनी सौंदर्याचा साज
संत सदैव जगा देती
सुख, समृद्धी, तृप्ती, शांती
संत मानवा देती
पांडुरंगाची भक्ती
संतसाहित्यातून सदैव वाहते
मानवतेची पवित्र गंगा ❐

आपण त्यांच्या समान व्हावे

संतचरित्र

पुण्यवान व्यक्तीचं पुण्यस्मरण करणं आवश्यक आहे. पुण्यस्मरण करण्यासाठी कर्तृत्वाची ओळख हवी. ओळख होण्यासाठी स्मरणीय माणसांची जीवनमाहिती पाहिजे. दुसऱ्याचं जीवन समजून घेण्याची उत्सुकता प्रत्येकाला असते. सर्वसामान्यांचे जीवन समजून घेण्यापेक्षा महान व्यक्तींच्या चरित्रातून आपल्याला आदर्श सापडतात. 'आपण त्यांच्या समान व्हावे,' अशी इच्छाशक्ती प्रबळ होते. संत म्हणजे देव. देवांच्या चरित्राच्या गुणगायनाने मनाला आनंद होतो. संत ज्ञानदेवांसारख्यांच्या चरित्रातून जगण्याचं तत्त्वज्ञान मिळतं. संतमंडळी स्वत:बद्दल फारसं काही बोलत नाहीत. सांगण्यासारखं खूप काही असूनही नम्रता, संकोच या वृत्तीमुळे हे अंधारात राहणं पसंत करतात. देवाजवळ मन मोकळं करतात. त्याच्याशी संवाद साधतात; पण या संवादात स्वत:च्या दोषांचा पाढा वाचतात. वास्तविक, संतचरित्र म्हणजे दीपस्तंभ. त्यामुळे संतचरित्रांचा सखोल अभ्यास होणे आवश्यक आहे. त्याशिवाय त्यांचं जीवन आणि कार्य समाजमनाला समजणार नाही. यासाठी 'सगुण चरित्रें परम पवित्रें सादर वर्णावीं' या पवित्र भावनेने संतचरित्रे वाचून ती इतरांपर्यंत पोहोचविण्याचा ध्यास प्रत्येक विचारवंताला हवा.

थोर चारित्र्य ही भारताची आदर्श परंपरा आहे. चारित्र्यसंपन्नता हा जीवनाला उंची देणारा सर्वात महत्त्वाचा गुण आहे. संत ज्ञानी होते त्यापेक्षा चारित्र्यसंपन्न होते, ही गोष्ट भारतीय संस्कृतीला अधिक अभिमानास्पद, गौरवार्थ वाटते. संतचरित्र हा आमचा ठेवा आहे. तो मनामनापर्यंत पोहोचला तर त्याचा चंदनी

सुगंध दशदिशांना दरवळेल. माणूस देवत्वापर्यंत जाऊ शकतो, किंबहुना तो देवच आहे, याची प्रचिती संत ज्ञानदेवांच्या चरित्रातून येते. अशा संतांची गौरवगाथा गाताना आणि ऐकताना धन्यता वाटते. आजच्या जाहिरातीच्या युगात कोणत्याही बऱ्या-वाईट गोष्टींना नको इतकी प्रसिद्धी मिळते. ज्याचा मनावर, जीवनावर चांगला नाही पण वाईट परिणाम होण्याची शक्यता असते. संतांच्या चरित्रांचा संस्कार मनावर झाला तर असंख्य आयुष्यं घडतील. लहानांपासून वृद्धांपर्यंत मनाला, आचार-विचारांना सद्‌गुणांची, संस्कारांची कळत-नकळत जोपासना करावी लागते. संतकथा, संतचरित्रं कानी पडली तरी त्यात या वयानुसार, मानसिकतेनुसार त्याचा अर्थ लागतो, लावता येतो. चांगल्या गोष्टी वाचल्या किंवा कानावरून गेल्या तर फायदाच होतो. संतचरित्र आयुष्याच्या प्रत्येक वळणावर आपल्याला डोळस बनविते. प्रत्येक वयात माणसाला धाकाची गरज असते. धाक चांगल्याचा असला की आपण चांगले वागतो. आपल्यातलं हीनत्व नष्ट होऊन चांगलं वागण्याचा भाव सहजी उमलून येण्याचा एक अनुभव फार बोलका आहे. संतश्रेष्ठ ज्ञानेश्वरमहाराजांच्या दैवी जीवनावर आधारित 'देह अवघाचि चंदन' ही ध्वनिफीत तयार केली. माऊलींच्या जीवनातले काही प्रसंग आणि त्याबद्दलचे चिंतन असं हे लिखाण माऊलींच्या आशीर्वादाने माझ्या हातून झालं. ती ध्वनिफीत काश्मीरमधील जवानांच्या हाती पडली. त्यांनी ती ऐकली. त्यांच्याच शब्दात सांगायचं तर माऊलींचं चरित्र ऐकताना खूप अंतर्मुख झालो. आम्हाला देव भेटल्याचा आनंद झाला. आमच्यातल्या संवेदना जागृत झाल्या, डोळे पाझरू लागले. देवाची सोबत आम्हाला मिळाली. एकटेपणात तो आधार हवाहवासा वाटू लागला. रोज ती ध्वनिफीत ऐकण्याचा छंद जडला. छंदाचं रूपांतर व्यसनात झालं आणि आनंदाची गोष्ट म्हणजे आम्हाला जडलेल्या व्यसनांपासून आम्ही लांब गेलो. आपल्या जवानांचा अनुभव बोलका आहे. तो आपल्यातल्या प्रत्येकाला संतचरित्र वाचण्याची शक्ती देईल हे नक्की.

ज्ञानेश्वर आपल्या मस्तकात आहेत. नामदेव ओठी रेंगाळत आहेत. एकनाथ आपल्या कंठी दाटले आहेत. तुकाराम आपल्या पोटातला भाव आहे, तर समर्थ रामदास हा आपला आत्मा आहे. ज्ञाना-नामा-एका-तुका-रामा (रामदास) हे आपलेच पंचप्राण. त्याविना जीव कासावीस होणार त्यामुळे सारे संत श्वासात सामावून जातील तो सुखाचा क्षण... सोनियाचा दिवस !

महाराष्ट्राची सांस्कृतिक परंपरा थोर आहे. या थोर परंपरेत मानवी जीवनाचे आदर्श संतपरंपरेत आहेत. संतांचे जीवन, कार्य आणि साहित्य ही महाराष्ट्राची मौलिक संपत्ती आहे. (तेराव्या शतकात वारकरी परंपरेचा पाया ज्ञानदेवांनी घातला. भक्तराज नामदेवांनी पंढरपूरपासून पंजाबपर्यंत या परंपरेचा प्रसार केला.) ज्ञानदेव-नामदेव समकालीन होते. त्यांच्या काळात स्वातंत्र्य होतं. या दोन संतांनंतर मात्र महाराष्ट्र परकीय सत्तेमुळे ग्रासला गेला. अल्लाउद्दीन खिलजीच्या रूपाने यावनी आक्रमण झाले आणि महाराष्ट्राच्या सांस्कृतिक जीवनावर कुऱ्हाड कोसळली. नामदेवांच्या अवतारसमाप्तीनंतर सुमारे दोनशे वर्षे संतपरंपरा बऱ्याच प्रमाणात खंडित झाली. संत दामाजी, कान्होपात्रा यांसारख्या संतांचा अपवाद वगळता समाजमनावर ठसा उमटवेल असा नाव घेण्यासारखा संत झालाच नाही. इ.स. १३५० ते १५५० या कालखंडाला अंधारयुग म्हणावं लागेल. दोनशे वर्षांची खंडित झालेली संतपरंपरा जोडण्याचं काम संत एकनाथांनी केलं. शांतिब्रह्म नाथांनंतर संत तुकाराम आणि समर्थ रामदास या दोन समकालीन संतांनी समाजमनाचं प्रबोधन करून स्वराज्यस्थापनेची तुतारी फुंकण्यासाठी अनुकूल परिस्थिती निर्माण केली. या पाच संतांचं 'न भूतो न भविष्यति' असं अलौकिक कार्य आपला इतिहास कधीच विसरणार नाही. संतचरित्र, संतसाहित्य आणि संतकार्य हा आपला महान ठेवा आहे. आपल्या आदर्श, संपन्न जीवनाच्या सुरक्षिततेचं, विकासाचं ते कवच आहे.

संत प्रसाद

ज्ञानदेवें रचिला पाया
विश्वी अजब किमया

नामदेवे केला भागवताचा विस्तार
हरिनामावीण विश्व वाटे असार

एकनाथी भागवत, भारुड
मनी धरा देवभाव अखंड

तुकयाने जागविले अभंगा
जीवनी पंढीनाथा गा हो गा

रामदासे केला सावधान इशारा
वेशीवर स्थापिले मारुती अकरा

ध्यानी मनी श्वासी संतनाम
मनी अवघे नांदे विश्वप्रेम

❐

देह अवघाचि चंदन

माऊलींचं चरित्र लिहिणं म्हणजे संस्कृतीला आधारभूत असलेल्या माणसाच्या दिव्यत्वाला केलेलं भावपूर्ण वंदन! माऊलींची चरित्रकथा सांगणं म्हणजे देवाचं ध्यान करणं. ध्यानात शांती मिळते. आनंदाच्या लहरी बरसतात. 'आनंदचि अंग आनंदाचे'ही भावावस्था येते. जीवनाचा सूर सापडतो. आयुष्य धन्य होतं... माणसाला यापेक्षा काय हवं असतं.

अथांग शांतिरूप असलेल्या ज्ञानदेवांना नम्र वंदन...

'विठ्ठला। पुंडलिक विठ्ठला।
विठ्ठला। ज्ञानदेव विठ्ठला।।'

भक्तीचं सर्वश्रेष्ठ मंदिर उभं करणारे संतश्रेष्ठ ज्ञानेश्वरमहाराज म्हणजे भगवान विष्णूचा अकरावा अवतार. शके ११९७ इ.स. १२७५ - श्रावण वद्य अष्टमीला मध्यरात्री ज्ञानदेवांचा जन्म झाला. दिवस होता कृष्णाष्टमीचा. ईश्वरी कृपाप्रसादामुळे मानवाच्या कल्याणासाठी जन्माला आलेली विभूती म्हणजे ज्ञानेश्वर माऊली. प्रेम आणि करूणा यांची मूर्ती म्हणजे ज्ञानेश्वर माऊली.

निवृत्ती-ज्ञानदेव-सोपान-मुक्ताई ही चार भावंडं म्हणजे आपेगावचे विठ्ठलपंत कुलकर्णी यांची अपत्य. सदाचार संपन्न घराणं, विठ्ठलपंतांच्या रूपानं या घराण्यात मूर्तिमंत वैराग्य जन्माला आलं. लहानपणी या विठ्ठलाने व्रतबंध झाल्यावर वेदाचं पठन केलं. आपल्या जन्मदात्यांचा आशीर्वाद घेऊन तो पर्यटनाला गेला. ब्रह्मगिरी, भीमाशंकर, पंढरपूर अशी तीर्थयात्रा करत करत तो आळंदीला आला. आळंदीला त्याला भेटले शिदोपंत. विठ्ठलाने सिदोपंतांच्या घरी मुक्काम केला. योग्य पाहुणचार झाला. सिदोपंतांना त्याचं तेजस्वी रूप भावलं. मध्यरात्री

त्यांना स्वप्नात पंढरीनाथाचा दृष्टान्त झाला. या विठ्ठल ब्राह्मणाला तू सालंकृत कन्यादान कर. त्याच रात्री विठ्ठलाच्या स्वप्नी पांडुरंगाने दर्शन देऊन सांगितलं...

'मूर्तिमंत चारी जन्म इच्या उदरी
म्हणोनि स्वीकारी... आज्ञा माझी'

दुग्धशर्करा योग जुळून आला. विठ्ठल-रुख्मिणी यांचा विवाह झाला.

विठ्ठल रुख्मिणी ऐसा जोडा।
विश्वकारणा तो झाला...।।

विवाहानंतर प्रपंच सुरू झाला; पण मुळातच वैराग्य वृत्तीच्या विठ्ठलपंतांचं मन प्रपंचात रमेना. त्यांना तीर्थाटनाची ओढ वाटत होती. सुरुवातीच्या काळात पुत्रप्राप्ती न झाल्यामुळे संन्यासाश्रमाचा विचार मनात आला; पण पुत्रप्राप्तीशिवाय संन्यास कसा घेणार? रुख्मिणीच्या संमतीशिवाय संसाराचा त्याग करणं शक्य नव्हतं. एक दिवस अचानक रुख्मिणीबाईंची संमती मिळाली आणि नेसत्या वस्त्रानिशी प्रात:काळी विठ्ठलपंत तीर्थाटनाला गेले. काशीला जाऊन श्रीपादस्वामींकडून संन्यासाची दीक्षा घेतली. आता हा संन्यासी चैतन्याश्रम या नावानं ओळखला जाऊ लागला. कामाच्या व्यवधानात पतीला परवानगी देऊन बसलेल्या रुख्मिणीबाई अस्वस्थ झाल्या. पती परत यावा यासाठी अश्वत्थ वृक्षाची मनोभावे सेवा करू लागल्या.

एकदा श्रीपादस्वामी तीर्थयात्रा करत करत आळंदीला आले. आळंदीला त्यांची भेट रुख्मिणीबाईंशी झाली. रुख्मिणीची सेवा बघून ते प्रसन्न झाले. प्रसन्न मनाने त्यांनी आशीर्वाद दिला, 'पुत्रवती हो.' दु:खीकष्टी मनाने रुख्मिणीने वस्तुस्थिती सांगितली. आशीर्वादाचा उपयोग नाही असं तिला वाटलं. माझ्या पतीने संन्यास घेतल्यामुळे आशीर्वाद खरा कसा ठरेल, असं ती म्हणाली. श्रीपादस्वामींना आश्चर्य वाटलं. आपला आशीर्वाद खरा ठरणार नाही. पुण्य वाया जाणार. ते विचार करू लागले आणि तडक काशीला परतले. आपला शिष्य चैतन्याश्रम हा या रुख्मिणीचा पती असल्याचं त्यांना समजलं. चैतन्याला विचारलं. त्याने सारी कबुली दिली. स्वामींकडून त्याला अभय मिळालं आणि विठ्ठलपंत गृहस्थाश्रमी झाले. 'सुखरूप गृहस्थाश्रम चालवावा,' हा आशीर्वाद मिळाला. गुरूआज्ञेनं विठ्ठलपंत-रुख्मिणीबाईंचा संसार सुरू झाला आणि बारा वर्षांत निवृत्ती-ज्ञाना-सोपान-मुक्ती या चार मुलांचा जन्म झाला.

ब्रह्मा विष्णू महेश माया अवतरले तेथे।
रखुमाईच्या उदरी जन्मले जगताच्या भाग्ये।।

ही चारी भावंडं बुद्धिमान-कांतिमान-तेजस्वी होती. त्यांच्या नावात विशेष अर्थ होता.

शिव तो निवृत्ती
विष्णू ज्ञानदेव पाही
सोपान तो ब्रह्मा
मूळमाया मुक्ताबाई

प्रवृत्ती हा आपला सहजधर्म. निवृत्ती मात्र कष्टसाध्य आहे. निवृत्त होणे ही सहज अवस्था नाही. परमार्थमार्गात निवृत्ती आवश्यक असली तरी मोठी कठीण अवस्था आहे. ज्ञानदेव हा विष्णूचा अवतार. अवघ्या जगाला व्यापून असणारा. सोपान म्हणजे जिना. भक्त देवाच्या दर्शनाला जाताना प्रत्येक पायरीला वंदन करून जातो. मुक्ती म्हणजे मोक्ष, जीवनातली सर्वश्रेष्ठ सुखशांती! मुक्ताबाईच्या रूपानं या सर्व भावंडांत ही मुक्तीची अवस्था होती.

यथावकाश ही भावंडं व्रतबंधाला योग्य झाली; पण कुळावेगळी जात असल्यामुळे समाजानं, विद्वानांनी मुंजीला कडाडून विरोध केला. विठ्ठलपंतांनी विद्वत्सभेपुढे क्षमा मागितली; पण देहान्त प्रायश्चित्ताखेरीज गती नाही, असं त्यांना ऐकावं लागलं. समाजानं या कुटुंबावर बहिष्कार घातला. 'तिन्ही देव जैसे परब्रह्मीचे ठसे। जगी सूर्य जैसे प्रकाशले।' अशा तेजस्वी भावंडांना रूढी-परंपरा यांनी आंधळ्या झालेल्या, कर्मकांडात अडकून पडलेल्या समाजानं 'संन्याशाची कारटी' म्हणून वाळीत टाकलं. मुलांच्या सावलीचा सुद्धा समाजाला विटाळ झाला. विठ्ठलपंत - रुख्मिणीबाई मुलांसह ब्रह्मगिरीवर गेले. ब्रह्मगिरीवर निवृत्तीला गहिनीनाथांचा अनुग्रह झाला. निवृत्तीला गुह्य ज्ञान मिळालं. तो उजळून निघाला. निवृत्तीचं ज्ञानाचं तेज आणि परिपक्वता बघून जन्मदाते निर्धास्त झाले. ज्ञाना-सोपान-मुक्ती यांना निवृत्तीनाथांच्या समर्थ हाती सोपवून पोटच्या पोरांच्या उज्ज्वल भवितव्यासाठी, त्यांनी कसलीही तक्रार न करता देहान्त प्रायश्चिताची कठोर शिक्षा मान्य केली. आपल्या या शिक्षेपायी तरी मुलांचा प्रगतीचा मार्ग मोकळा होईल, अशी आशा दोघांच्या मनी होती. प्रयागक्षेत्री त्रिवेणी संगमात दोघांनी आपले देह विसर्जित केले. दोघंही स्वरूपात विलीन झाली. अलौकिक पुत्रांना जन्म देऊन अजरामर झाली.

लहान वयात या भावंडांचं मायेचं, सुरक्षिततेचं छत्र हरपलं. बालपण कुस्करलं गेलं. जन्मदात्यांच्या अपराधाचं खापर या समाजानं मुलांवर फोडलं. विटंबना, बहिष्कार, उद्याची अनिश्चितता, उदरभरणाची चिंता अशा कितीतरी संकटांना त्यांनी शांत-स्थिर मनानं तोंड दिलं. जन्मदात्यांनी केलेल्या संस्काराची शिदोरी या मुलांजवळ होती. संस्कार म्हणजे भावभावना, सद्विचार, मनाची संवेदनशीलता. त्यांना फक्त या शिदोरीची सोबत होती. समाजानं या चारी भावंडांचा अतोनात छळ केला. त्यांना पावलोपावली अपमानित केलं, लाथाडलं. समाजानं लाथाडलेली ही भावंडं मायेच्या सुगंधी धाग्यानं एकमेकांना घट्ट बिलगली. प्रेमाची शक्ती फार मोठी असते. प्रेम माणसाला जगवतं, तेजस्वी करतं. प्रतिकूल परिस्थितीशी टक्कर देत देत ही सारी मोठी झाली. परिस्थितीशी झगडणं, संकटावर मात करणं, तक्रार न करणं ही खरी मोठ्या माणसांची लक्षणं. ज्ञानदेवाचं आयुष्य असं गेलं.

आळंदी ही ज्ञानदेवांची जन्मभूमी. आईवडिलांच्या पश्चात त्यांना कोणाचाही आधार नव्हता. त्यांच्या दु:खानं समाजमन द्रवलं नाही. त्यांची कोमल पावलं, कणखर मनं वाट फुटेल त्या दिशेनं जात होती. भटकंतीत त्यांची वाढ होती. उन्हातान्हातून, उपाशीपोटी हिंडताना त्यांना सोबत होती, एकमेकांच्या प्रेमाची. प्रेमाची ऊब हे त्यांचं मायेचं छत्र होतं. त्या वेळी निवृत्ती होता बारा वर्षांचा. ज्ञानाचं वय होतं दहा. सोपाना आठ वर्षांचा, तर मुक्ती होती अवघी सहा वर्षांची. हसण्याखिदळण्याचं, हट्ट करण्याचं, लाड पुरवून घेण्याचं वय; पण संकटांमुळे, पोरकेपणामुळे ती सारी मनानं-विचारानं प्रौढ, समजूतदार होऊन गेली. परिस्थिती माणसाला घडविते याची साक्ष पटते.

निवृत्ती नावाप्रमाणेच अलिप्त होता. खरं तर ही सगळीच भावंडं तेजस्वी, विरक्त वृत्तीची होती. विरक्ती ही त्यांची शक्ती होती. विरक्ती म्हणजे संसाराचा त्याग नाही. विरक्ती म्हणजे आपलं जीवन डोळसपणे समजून घेणं. आपल्या मर्यादांचं आणि सामर्थ्याचं योग्य भान असणं. आपलं वेगळेपण, जन्मानं मिळालेला चांगुलपणा ओळखून, विचारपूर्वक, शांतपणे आपल्या जीवनाचा मार्ग ठरविणं. जीवनात जे दान पडलं आहे ते सहजपणे मान्य करायचं. तक्रारी न करता जीवन मान्य करण्याच्या वृत्तीला म्हणायचं विरक्ती. निराशेतून येणारी विरक्ती, अलिप्तपणा वेगळा असतो. ते मनाचं मिटेलपण, गोठलेपण असतं. दैवी शक्ती प्राप्त झालेल्या

निवृत्ती-ज्ञानाची विरक्ती म्हणजे निरंजन वृत्ती. निरंजन वृत्ती म्हणजे आपल्या मुळाकडे जाणं.

अलौकिक जीवन जगणाऱ्या ज्ञानदेवांना लौकिक जीवनातल्या काही गोष्टींचा त्रास व्हायचा. अत्यंत हळुवार आणि संवेदनशील मनाच्या ज्ञानदेवांना समाजातील माणसांच्या बोलण्या-चालण्याचा कधी कधी त्रास व्हायचा. माणसाचं माणूसपण नाकारलं गेल्यामुळे ते दु:खी व्हायचे, प्रसंगी रागवायचे. समाजानं त्यांना वाळीत टाकलं, अपमानित केलं, मुंजीचा अधिकार नाकारला. तरी त्यांनी मूकपणे सारं काही सहन केलं. सोसणाऱ्यांचं तेज फार मोठं असतं. सोसण्याची शक्ती खूप असते; पण सोसण्यालासुद्धा मर्यादा असते. विद्वानांनी जेव्हा त्यांना इंद्रायणी माऊलीचा काठ नाकारला तेव्हा त्यांचा सात्त्विक संताप जागा झाला. ज्ञानदेव ताटीत बंदिस्त झाले. त्यांनी स्वत:ला कोंडून घेतलं.

ताटी म्हणजे मनाचं कवाड. या कवाडाची किल्ली आपली आपल्याजवळ असते. ताटी ही जीवनातली मानसिक अवस्था असावी. रागामुळे ज्ञानाचा विवेक ढळला असावा. ढळलेल्या या विवेकाला वेळीच जागं करायला हवं. तापलेल्या मनावर हळुवारपणे अतिप्रेमानं, मायेनं फुंकर घालायला प्रेमळ माऊली हवी. आई-वडिलांच्या पश्चात तिन्ही योग्यांचं माऊलीपण मुक्तीनं स्वीकारलं होतं. मुक्तीला कधी स्त्रीचं प्रेम अनुभवायला मिळालं नसूनही तिनं स्त्री-शक्तीचा, स्त्री-प्रेमाचा वर्षाव भावंडांवर केला. ज्ञानाच्या मनाची बंदिस्त ताटी उघडण्याचं सामर्थ्य मुक्ताई माऊलीत होतं. ज्ञाना तिचा खूप लाडका होता. ज्ञानाचीही तिच्यावर माया होती. निरपेक्ष प्रेमाच्या धाग्यानं एकमेकांत विरघळलेली ही बहीण-भावंडं अलौकिक वाटतात. स्वार्थी प्रेम विध्वंसक बनतं. सत्तेपेक्षा प्रेमाचा अधिकार मोठा असतो. प्रेमामुळे उपदेशाचा अधिकार मिळतो. मुक्ताई माऊलीचा अधिकार लडिवाळपणे, ज्ञानाच्या जिव्हाळ्यापोटी, सहजपणे बोलका झाला. मुक्तीचे हे बोल 'ताटीचे अभंग' म्हणून लोकप्रिय आहेत.

सुरुवातीला लहानगी मुक्ती आपल्या भावाला 'राग सोडून दे' अशी गळ घालते आपल्या भाऊरायाचं हळुवार, संवेदनशील मन ती ओळखून आहे. मुक्ती प्रेमापोटी त्याला ताटी उघडण्याची लाडिक विनंती करते. त्याची समजूत काढते. रागावण्याची कारणं विचारते. 'माझ्याशी बोल,' असं परत परत सांगते. संवादाची ताकद ज्ञानाला पटवून देते. ज्ञानाचा राग साधासुधा नाही. त्यासाठी केवळ

प्रेमाचं नातं अपुरं आहे. भावनेपेक्षा त्याच्या बुद्धीला आवाहन करायला हवं. कुशाग्र बुद्धीच्या मुक्तीला प्रसंगाचं गांभीर्य कळतं. ती थोड्याशा अधिकारवाणीने ज्ञानाला म्हणते, "ज्ञाना, तुला त्रास देणारं जग खोटं आहे. त्यांच्यावर काय रागावतोस? तू साक्षात ज्ञानाचा देव आहेस, सूर्य आहेस. सूर्य कधी जगाकडे पाठ फिरवतो का? तू जगाची शक्ती आहेस. राग विसर."

मुक्तीचे सगळे उपाय थकतात. तरी ज्ञानाचा राग जात नाही. पारमार्थिक अधिकार मोठा असलेली माऊली आता तत्त्वज्ञानाच्या प्रांतात शिरते. तिच्या कसोटीचा हा क्षण. रुसून बसलेल्या ज्ञानाला ती त्याच्या जीवनाचा अर्थ सांगते. त्याच्या जीवितकार्याची जाणीव करून देते. तिचा ज्ञाना स्वत:ची ओळख विसरून गेलाय. ती अवघड कामगिरी माऊलीला पार पाडायची आहे. ज्ञाना संत असल्याचं ती त्याला परखडपणे सांगते. ज्ञानाला खडबडून जागं करते. त्याच्यातल्या देवत्वाला स्पर्श करते.

संत जेणें व्हावें। तेणें बोलणें सहावें।
तरी अंगी थोरपण। जया नाही अभिमान।
थोरपण जैसे वसे। तेथे भूतदया असे।
रागें भरावें कवणासी। आपण ब्रह्म सर्वदेशी।
ऐसी समदृष्टी करा। ताटी उघडा ज्ञानेश्वरा।।

भूतदया हे संतांचं भांडवल. निंदानालस्तीकडे संतांनी पाठ फिरवायला हवी. अभिमान, अहंकार नष्ट झाला पाहिजे. राग हा माणसाचा कट्टर शत्रू आहे. मुक्तीला 'योग' माहित आहे. योग म्हणजे सहन करण्याचं प्रशिक्षण, मनाला – शरीराला लावलेली शिस्त. संतांना अंगभूत सहनशक्ती असते. या शक्तीच्या साहाय्याने जगाचा अपराध विसरावा. संतांनी आपला शांतीचा धर्म सोडू नये.

योगी पावन मनाचा। साहे अपराध जनाचा।
विश्वरागें झाले वन्ही। संतीं सुखीं व्हावें पाणी।
शब्दशस्त्रे झाले क्लेश। संतीं मानावा उपदेश।
विश्वपट ब्रह्म दोरा। ताटी उघडा ज्ञानेश्वरा।।

ज्ञानाच्या संतत्वाला डिवचणाऱ्या मुक्तीचं चिंतन खोल आहे. ती साक्षात सूर्याला तेज देते. 'संत तोचि जगी। दया क्षमा त्यांचे अंगी।' असं सांगून 'आपण जग आहोत' या उंचीला ती जाऊन पोहोचतीय.

हात आपणा आपण लागे। त्याचा करू नये राग।
जीभ दातांनी चाविली। कोणे बत्तिशी पाडिली।
चणे खावे लोखंडाचे। तेव्हा ब्रह्मपदी नाचे।...

ज्ञानदेवा आपण सुखाचा सागर होऊन जगाला बोधामृत पाजायला हवं.

'तुम्ही तरोनि विश्व तारा
ताटी उघडा ज्ञानेश्वरा'...

मुक्ताईच्या तत्त्वज्ञानाचा ज्ञानाच्या मनावर परिणाम झाला आणि जगाचा उद्धार करण्याचा निश्चय करून ज्ञाना बंदिस्त ताटीतून बाहेर आला. जीवितकार्याला लागला. ज्ञानदेवांचा गुरू म्हणजे वडीलबंधू निवृत्तीनाथ, तर मुक्ती ही त्यांची प्रेरणा देणारी शक्ती.

शुद्धिपत्र घेण्यासाठी चौघं पैठणला गेली; पण त्यांना टोकाचा विरोध सहन करावा लागला. पैठण ही ज्ञानदेवांची परीक्षाभूमी. कठोर परीक्षेनंतर ज्ञानाचं तेज विस्तारलं. पैठणच्या ब्रह्मवृंदाला ज्ञानानं प्रश्न विचारून भंडावून सोडलं. या ब्रह्मवृंदाचा अहंकार फार मोठा होता. स्वत:चं अज्ञान लपविण्यासाठी त्यांनी ज्ञानाची परीक्षा घेतली. चौघांच्या नावाची टर उडवली.

निवृत्तीसी वृत्ती कशाला? ज्ञानासी ती शुद्धी कसी?
सोपानावर चढण्या, शिडी पाहिजे कशास ती?
वाहवा मुक्ता नाम असे ते मुक्तीला ती परत तरी।
आणावयाचे आम्ही कसे हो मृत्युलोकीच्या संसारी।

ईश्वराचा अंश अवघ्या विश्वात आहे. तो प्रत्येक प्राणिमात्रात आहे, हे सिद्ध करून दाखविण्यासाठी विद्वानांनी त्यांची परीक्षा घेतली. ब्रह्मज्ञानाच्या शिदोरीवर रेड्याला वेद शिकवून ज्ञानाने रेड्याच्या तोंडून वेद वदविले आणि विद्वानांना ज्ञानोबारायांच्या दिव्यत्वाची साक्ष पटली. त्यांनी भावंडांचा सत्कार केला. ज्ञानोबांचे ज्ञानेश्वरमहाराज झाले.

निवृत्तीनाथांनी गहिनीनाथांकडून मिळालेले गुह्य ज्ञान ज्ञानदेवांना दिलं. गुरू-शिष्याची ही जोडी अलौकिक आहे. 'ब्रह्मानंद सोहळा गुरुशिष्यी'. ज्ञानाची पवित्र गंगा शिष्याच्या हाती सोपवून विश्वकल्याणाचा संदेश दिला. पैठणचा कार्यभाग संपवून चारी भावंडं प्रवरेच्या दिशेनं झेपावली. परमेश्वरी अंश असलेल्या या तेजस्वी भावंडांचं नेवासेकरांनी प्रेमानं, आदरानं स्वागत केलं. प्रवरेच्या

वाटेवर माऊलींना व्याधिग्रस्त सच्चिदानंद बाबा भेटले. माऊलींनी दिव्य सामर्थ्याने त्यांना व्याधिमुक्त केलं. बाबांनी आयुष्यभर माऊलींची सेवा करण्याचं व्रत घेतलं.

प्रवरेच्या पवित्र काठी। जाहली ज्ञान जागृती
समईच्या सुवर्णज्योती। मंद मंद तेवितसे।
घालुनिया पद्मासन। अर्धोन्मिलित दृष्टी जाण।
मुखे बोलता मंगलाचरण । सत्चित् आनंद लिहितसे।।

निवृत्तीनाथांच्या गुरुआज्ञेनं ज्ञानदेवांनी नेवाशाच्या शिवमंदिरात ज्ञानयज्ञ मांडला. मराठी भाषेच्या समृद्धीची साक्ष गुरूमुळे माऊलींना पटली. अमृताशी पैजा जिंकणाऱ्या मायमराठीत 'ज्ञानेश्वरी'चा श्रीगणेशा झाला. ब्रह्मविद्येचा सुकाळ झाला.

ॐ नमोजी आद्या। वेद प्रतिपाद्या।
जय जया स्वसंवेद्या। आत्मरूपा।

'ज्ञानेश्वरी' सांगताना गुरुभक्तीमुळे ज्ञानेश्वर खूपदा गहिवरले. गहिवरलेलं त्यांचं मन ओव्यांमधून श्रोत्यांशी संवाद साधू लागलं.

गुरू तोचि देव। ऐसा मनी असे भाव।

ईश्वरभावापेक्षा गुरुभाव श्रेष्ठ. सद्‌गुरू भेटणं मोठं भाग्यलक्षण! गुरू प्रत्यक्ष आपल्याला भेटतो, आपल्याशी बोलतो. आपल्याला त्याची पूजा बांधता येते. सद्‌गुरूमुळे जागृती येते. ज्ञानदेवांची 'ज्ञानेश्वरी' म्हणजे गुरूगाथा आहे. गुरूच्या कृपाप्रसादामुळे तर ज्ञानदेवांचं अवघं जीवन आत्मसाक्षात्काररूप होऊन गेलं. ज्ञानदेवांनी आपली 'ज्ञानेश्वरी' गुरूला अर्पण केली आहे. यात ज्ञानदेवांच्या नम्रतेची उंची समजते.

तुझें देणें तुझ्या समर्पुनि पायीं।
झालो उतराई देवराया।।

गुरूमहिमा सांगताना ज्ञानदेवांच्या लेखणीचं तेज विस्तारतं.

गुरू हा संतकुळीचा राजा।
गुरू हा प्राणविसावा माझा।।
गुरू वैराग्याचे मूळ।
गुरू हा परब्रह्म केवळ।।

ज्ञानदेवांचा गुरू निवृत्तीनाथ म्हणजे ज्ञानाचा अथांग सागर. या गुरूत ज्ञानदेवांना विश्वदर्शन झालं. अशा या विश्वरूपासमोर माऊली नम्र होते.

'जो नम्र झाला भूतां।
त्याने कोंडिले अनंता।।'

माऊलींच्या रोमारोमात 'धाकुटेपण' आहे. असं हे धाकुटेपण फार अवघड आहे.

आपल्या गुरूपुढे नतमस्तक झालेले ज्ञानदेव श्रोत्यांना वंदन करून त्यांच्याशी लडिवाळ बालकाचं नातं जोडतात आणि नम्रपणे श्रोत्यांशी थेट संवाद साधतात. आत्मीयतेमुळे हा हृदयसंवाद श्रोत्यांच्या हृदयाला हात घालतो. माऊलींचं बोलणं तरी कसं आहे बघा...

पुढां स्नेह पाझरे। माघा चालतीं अक्षरे।
शब्दु पाठीं अवतरे। कृपा आधीं ।।

असा हा रसाळ संवाद साधता साधता माऊलींच्या मुखावाटे चांदणं बरसावं तशा ओव्या स्रवू लागल्या आणि बघता बघता 'ज्ञानेश्वरी' हा महान ग्रंथ सजला. 'ज्ञानेश्वरी' हा ग्रंथराज म्हणजे भारतीय अध्यात्माचा अलौकिक ठेवा आहे. त्रैलोक्य आनंदानं भरून जाण्यासाठी माऊलींनी 'ज्ञानेश्वरी' लिहिली. ज्ञानेश्वर आणि 'ज्ञानेश्वरी' म्हणजे आपल्या संस्कृतीचे कळस! 'ज्ञानेश्वरी'त मानवी जीवनाचं तत्त्वज्ञान अतिप्रेमानं सोपं करून सांगितलं आहे. माऊलींच्या प्रेमाचा जिवाला आधार वाटतो.

ज्ञानेश्वरी मनोभावे भजावी।
ज्ञानेशाते सद्‌भावे भजावे।।
जो जे वांछिले त्यास ते लाभावे।
ऐसा 'ज्ञानेश्वरी'चा महिमा थोर।।

'ज्ञानेश्वरी'च्या वाचनाने अंत:करणात प्रेमाचा पाऊस पडतो. 'आनंदाचे आवारू मांडू जागा' या प्रतिज्ञेनं माऊलींनी 'ज्ञानेश्वरी' लिहिली. माणूस सुखी-संपन्न व्हावा हा माऊलींचा ध्यास. 'ज्ञानेश्वरी' हे भक्तिशास्त्र आहे. माऊली भक्तीला एका बाजूने कर्मयोगाचा, तर दुसऱ्या बाजूने ज्ञानयोगाचा आधार देते. 'ज्ञानेश्वरी'च्या वाचनाने मन शुद्ध होतं. राग, लोभ, मत्सर नष्ट होतात. प्रेम उचंबळून येतं. माणुसकीचा गहिवर दाटून येतो.

'नामा म्हणे श्रेष्ठ ग्रंथ ज्ञानदेवी।
एक तरी ओवी अनुभवावी।।'

सिद्धी प्राप्त झालेले चांगदेव महान योगी होते. चौदाशे वर्षे त्यांनी आपले शरीर जतन केले होते. त्यांची योगसाधना अति कठोर होती; पण त्यांच्या योगाला भक्तीची जोड नव्हती. ज्ञानदेवांच्या तेजाने चांगदेव प्रभावित झाले असूनही अहंकारामुळे त्यांचं मन ज्ञानदेवांचं थोरपण मान्य करत नव्हतं. चांगदेवांनी माऊलींना कोरा कागद पाठविला. चांगदेवांचं निर्मळ मन ओळखून माऊलींनी त्या कोऱ्या कागदावर पासष्ट ओव्या लिहून पाठवल्या. 'तूच ब्रह्म आहेस' या उपदेशासाठी 'चांगदेवपासष्टी' या ग्रंथाची निर्मिती झाली. चांगदेवांशी सखयाचं नातं जोडून माऊलींनी संवाद साधला. हा संवाद म्हणजे ज्ञानदेवाचं स्वगत. हे स्वगत न समजल्यामुळे चांगदेव ज्ञानदेवांकडे आले. चांगदेव म्हणतात...

महाविष्णुचा अवतार।
श्रीगुरू माझा ज्ञानेश्वर।।

वयोवृद्ध चांगदेवांनी १४-१५ वर्षांच्या ज्ञानदेवांना नमस्कार केला, तो त्यांच्या वयाला होता का गुणांना? नमस्कार बाह्यरूपाला, वयाला नसतो तर गुणांवरच्या श्रद्धेला असतो.

सर्व देवास नमस्कारिले।
ते एक भगवंतासी पावले।।
जेथे दिसती विशेष गुण।
ते सद्‌गुरूचे अधिष्ठान।।
या कारणे तयासि नमन।...

'ज्ञानेश्वरी'च्या वाचनाने अहंकार गळून पडतो, आत्मज्ञानाची पहाट होते. जगाला तारून नेण्याचं सामर्थ्य ज्ञानदेवांच्या संदेशात नक्कीच आहे.

'हें विश्वचि माझें घर
ऐसी मती जयाची स्थिर
किंबहुना चराचर
आपण जाला।'

ज्ञानेश्वरीतल्या शाश्वत मूल्यांना काळसुद्धा उद्‌ध्वस्त करू शकणार नाही. ज्ञानेश्वर हे संतांच्या प्रभावळीतले आचार्य आहेत. विश्ववाङ्‌मयात 'माऊली' ही पदवी फक्त 'ज्ञानेश्वरी'लाच मिळाली आहे. माऊलींचा 'अमृतानुभव' हा ग्रंथ म्हणजे अध्यात्मज्ञानाचा शिरोरत्न. 'अमृतानुभव' म्हणजे माऊलींचा आत्मसंवाद. 'ज्ञानेश्वरी' हा श्रोतृसंवाद. सर्वसामान्यांपासून ज्ञानी लोकांच्या नित्यपाठासाठी असलेला 'हरिपाठ' म्हणजे समाजमनाशी केलेला सहजसुंदर संवाद. 'चांगदेवपासष्टी' हा मित्रसंवाद. ज्ञानदेवांची 'गाथा' म्हणजे लोकसंवाद. ज्ञानदेवांचं अफाट साहित्य म्हणजे सुखसंवाद. संवाद म्हणजे निर्मळ मनाचा आरसा. संवादात परिवर्तनाची अवर्णनीय ताकद असते. माऊली अखंडपणे भाविकांशी प्रेमळ संवाद साधून आपले लळे पुरविते. ज्ञानेश्वर शब्दसृष्टीचे ईश्वर आहेत.

ज्ञानदेव आयुष्यभर विश्वकल्याणासाठी झटले. विश्वकल्याणाच्या अतीव तळमळीतून त्यांनी सद्‌गुरूजवळ प्रसाद मागितला. अवघ्या मानवजातीसाठी केलेली एक आदर्श प्रार्थना म्हणजे 'पसायदान' माणसाचं जीवन घडविते. 'पसायदान'च्या शब्दाशब्दातून साक्षात माऊलींची भेट झाल्याचा साक्षात्कार होतो.

सद्‌गुरूंनी आशीर्वाद दिल्यानंतर माऊली आनंदाच्या भावस्थितीत जाऊन पोहोचली. प्रभूशी एकरूप होण्याचा विचार मनी दाटला. जीवितकार्य संपल्याचा साक्षात्कार झाला आणि पैलतीरी कोकणाऱ्या काऊची हाक त्यांनी ऐकली. काऊनं आणलेला सांगावा मनाला स्वर्गीय आनंद देऊन गेला. गुरूआज्ञेनं समाधीचा दिवस नक्की झाला. वयाच्या अवघ्या बाविसाव्या वर्षी मरणाचं मरण अति तटस्थपणे अनुभवणारे ज्ञानदेव साक्षात देव वाटतात. माऊलींच्या समाधीच्या बातमीने सगेसोयरे हळुवार होऊन गेले. समाधी हे सुखाचं आसन. समाधी म्हणजे प्रभूशी एकरूप होणं. ज्ञानदेवांसारखे सत्पुरुष परमात्म्यात विलीन होतात. माऊलींना दैवी जीवन लाभलं होतं.

माऊली संजीवन समाधी घेणार, या बातमीनं इंद्रायणीकाठी संतसज्जनांचा महापूर लोटला. कीर्तनातून दुःख बोलकं झालं. माऊलींचा स्वयंप्रकाशित चंदनी देह अवघ्या विश्वाला जगाच्या अंतापर्यंत हवा होता. निवृत्ती, सोपान, मुक्ताई यांना वियोगाचं दुःख आवरणं अवघड गेलं. कार्तिक महिन्यातल्या थंडी गोठवून टाकणाऱ्या एका रात्री इंद्रायणीकाठी भावंडांनी निरोप घेतला. समाधीच्या वाटेनं जाणाऱ्या ज्ञानियांच्या राजाला अवघं विश्व अदृश्यरूप वाटत होतं.

इंद्रायणीकाठी सिद्धेश्वराचं पुरातन मंदिर आहे. जवळ अजानवृक्षाच्या छायेखाली एक गुहा आहे. वाटेत सोन्याचा पिंपळ आहे. सोन्याचा पिंपळ हे आपल्या संस्कृतीचं वैभव. या पिंपळानं माऊलींना अवतारसमाप्तीचा आशीर्वाद दिला. नामदेवांच्या मुलांनी समाधीसाठी जागा स्वच्छ केली. सडा शिंपून रांगोळी घातली. समाधीच्या जागी कार्तिक वद्य एकादशीपासून मंत्रजागर सुरू झाला. द्वादशीला पारणं फिटलं. त्रयोदशीला त्या जागी तुळशीचं आसन अंथरलं.

ज्ञानदेवांनी इंद्रायणीत स्नान केलं आणि त्यांची महाप्रस्थान यात्रा सुरू झाली. कार्तिक वद्य त्रयोदशी. माऊलींच्या संकल्पपूर्तीचा दिवस. माऊली अतितेजस्वी, शांत, प्रसन्न दिसत होती. माऊलींच्या लेखी जन्म-मृत्यूतलं अंतर संपून गेलं होतं. शांत चित्तानं, गंभीरपणे पावलं उचलत माऊली समाधीच्या दिशेनं जाऊ लागली. आपल्या गुरूला अति नम्रभावानं अखेरचं वंदन करून... माऊलीनं गुरूचरणाला घट्ट मिठी घातली. लाडक्या शिष्याच्या स्पर्शानं गुरू हलला; पण क्षणभरच. लहानग्या सोपान्या-मुक्तीजवळ माऊली थांबली. अतिप्रेमानं डोळे बोलले. डोळ्यांनीच अखेरचा निरोप घेतला. जमलेल्या संतसज्जनांना प्रसन्न मनाने वंदन केलं आणि माऊली समाधी स्थळी पोहोचली. तो दारी पांडुरंग उभा!

ज्ञानदेवा पहावा डोळा।
ऐसे वाटे विठ्ठला...।।

नामदेव-निवृत्ती-विठूच्या सोबतीनं माऊली समाधीच्या जागी पद्मासन घालून तुळशीच्या आसनावर बसली. समाधीचं तोंड उत्तरेला आहे. ज्ञानदेवांनी पांडुरंगाला वंदन केलं. पुढ्यातल्या ज्ञानदेवीकडे प्रेमानं बघितलं आणि सहजपणे ज्ञानदेव समाधिस्त झाले. शुद्धरूपात विलीन झाले. नश्वर देहाची उपाधी त्यांनी टाकून दिली. ते चैतन्यरूप झाले. चंदनी देह सुगंधित झाला. अवघ्या विश्वात चंदनी सुगंध दरवळला. बाप रखुमादेव कटीत वाकला. पैसाचा अचेतन खांब दु:खानं गदगदला. भिंत खचली. अवघ्या विश्वाला प्रकाश देणारा सूर्य मावळला. कैवल्याचा पुतळा, चैतन्याचा जिव्हाळा, ज्ञानियांचा राजा मावळला.

नामा म्हणे आता लोपला दिनकर।
बाप ज्ञानेश्वर समाधिस्थ ।।

कार्तिक वद्य त्रयोदशी. शके १२१८. स.स. १२९६ गुरूवार दुपार. या दुपारी ज्ञानदेवांनी संजीवन समाधी घेतली आणि एका युगाचा अंत झाला. तिघं भावंडं उदास झाली. माऊलींनी आपली वाट मोकळी केल्याचा साक्षात्कार तिघांना झाला. आठ महिन्यांत तिघंही परमात्मस्वरूप होऊन गेली. मार्गशीर्ष वद्य त्रयोदशीला सोपानदेवांनी सासवडला समाधी घेतली. वैशाख वद्य द्वादशीला विद्युत्पातात मुक्ताईची जीवनज्योत लुप्त झाली. ज्येष्ठ वद्य एकादशीला त्र्यंबकेश्वरला निवृत्तीनं आपलं अवतारकार्य संपवलं.

माऊलींच्या विरहाचं दु:ख नामदेवांच्या मनाला सोसवेना. शोकरसात आकंठ बुडून गेलेल्या नामदेवांच्या मुखातून सूर उमटले...

वैराग्याच्या गोष्टी ऐकिलेया कार्नी
आता ऐसें कोणी होणे नाही...

माऊलींची अवीट चरित्रगाथा गाताना शब्दांना अपूर्णतेची जाणीव होते आणि शब्द केवळ माऊलींना त्रिवार वंदन करतात!

❒

विठ्ठलनामाचा गजर

देव देव ज्ञानाचा तो देव
भागवत मंदिराचा तो किंकर
सद्गुरू विसोबा खेचर
नामे उचलिता तया पाय
दिसे पदोपदी पिंड शिवशंकर

विठूचा नामदेव
खेळिया लडिवाळ पोर
नाम्यासाठी पांडुरंग
सकळ चराचराहुनि थोर।

विठू-नाम्याचे द्वैत-अद्वैत
युगायुगाचे हे नवल
राजाई-गोणाई-जनीचा हा नामदेव
नाचता गाई अभंग अमृताहुनि गोड

गाता गुण विठाईचे
हरपे भान देहाचे
काय वर्णावी कथा नाम्याची थोर
गुरूबानी गाथा गर्जता नामाचा गजर।

आनंदाचे डोही आनंद तरंग
गोरोबाचं कच्च मडकं
घटाघटातुनि प्रेम भरिता
उरे दशांगुळे विश्व व्यापून... ।

नामदेवरायांची सांगितलेली ही चरित्रकहाणी म्हणजे नामयाच्या पायरीवर नम्रपणे माथा टेकून त्यांची मनोभावे बांधलेली पूजा. प्रेमपूर्वक ओवाळलेली आरती.

संत नामदेव. नामदेव म्हणजे नामस्मरणाचा देव. नामदेव म्हणजे परमेश्वराच्या भक्तीचे महाप्रचंड रूप. नामदेव म्हणजे भक्तीची लाट. नामदेवांची विठ्ठलभक्ती हा १३ व्या शतकातला एक संतचमत्कार. नामदेवांची कहाणी म्हणजे विश्वबंधुत्वाची गीता.

धन्य धन्य नामदेव।
सर्व वैष्णवांचा राव।।

नामदेव हा सगुण भक्तीचा पुतळा. पंढरी हे नामदेवांचं तीर्थक्षेत्र. पंढरीच्या विटेवर उभी असलेली विठ्ठलमूर्ती म्हणजे परब्रह्माचे निधान. ही मूर्ती सूर्याला तेज देते. तेजाची उपासना करणारा धर्म तो भागवतधर्म.

आम्हा सापडलें वर्म।
करू भागवत धर्म।।

असं म्हणून सदैव हरिकीर्तनात नाचणाऱ्या नामदेवांनी जगी ब्रह्मज्ञानाचा दीप लावून अज्ञानाचा अंधार दूर केला. असंख्यांना प्रकाश दिला.

नाचूं कीर्तनाचे रंगीं।
ज्ञानदीप लावू जगीं।।

भागवतधर्माच्या विस्तारासाठी आपलं अवघं आयुष्य वेचणाऱ्या नामदेवांनी माणुसकी शुद्ध केली. नामदेवांच्या जीवनाचा अभ्यास करताना आपल्या जीवनाला निश्चित दिशा मिळते. संत नामदेवांचं चरित्र अमृताहून गोड आहे. या गोडीत आपल्या मनीचा भाव शुद्ध होतो. विश्वमन समजून घेण्याची वृत्ती उमलून येते. अंत:करण उजळून निघतं.

नामदेव हे महाराष्ट्रातले आद्य कीर्तनकार. त्यांच्या कीर्तनात महाराष्ट्र डोलला, नाचला. प्रेमसमाधीनं धुंद होऊन कीर्तन करताना नामदेव विठूशी एकरूप होऊन जायचे. 'प्रेमपिसे भरली अंगी। गीतसंगे नाचो रंगी।' अशी त्यांची अवस्था व्हायची. त्यांच्या कीर्तनात प्रत्यक्ष पांडुरंग नाचायचा.

नामदेव कीर्तन करी
कीर्तनीं नाचे पांडुरंग...

नामदेव म्हणजे पंढरीरायाचे प्रेमभंडारी. पंढरी आणि पंढरीनाथ हे नामदेवांचं सर्वस्व. त्यांच्या जीवनात पांडुरंग हे चालतंबोलतं जिवंत पात्र आहे. पांडुरंगाच्या प्रेमळ सहवासात त्यांचं जीवन फुललं.

नामा म्हणे आधार सकल जीवांचा।
तो स्वामी आमुचा पंढरीराव।।

प्रत्यक्ष वैकुंठनगरीपेक्षा त्यांना पंढरी पवित्र वाटते. ते विठूला विनवतात...

वैकुंठासी आम्हा नको धाडू हरि।
वास दे पंढरी सर्वकाळ।।

अशा या भक्तराज नामदेवांचा जन्म कार्तिक शुद्ध एकादशीला, रविवार, २६ ऑक्टोबर इ.स. १२७० या शुभदिनी, सूर्योदयाच्या वेळी पंढरपुरी झाला. त्यांच्या जन्माच्या वेळी पूर्वक्षितिजावर रोहिणी नक्षत्र होतं. सूर्योदयानिकटच्या ब्राह्ममुहूर्ती जन्म झाल्यामुळे, ईश्वरी कृपाप्रसाद त्यांना जन्मतः मिळाला. हा प्रसाद म्हणजे प्रतिभेची, कवित्वाची लाभलेली जन्मजात देणगी. परमेश्वराचं गुणगान गाण्यासाठी शतकोटी अभंग करण्याची प्रतिज्ञा नामदेवांनी केली.

करीन मी तुझे शतकोटी अभंग।
जरी न होती पूर्ण।।
जिव्हाळा उतरून ठेवीन।

नामदेवांच्या कुंडलीत त्यांना पूर्ण ज्ञान होण्याचा योग होता. प्राप्त झालेलं ज्ञान माणसांच्यात राहून, त्यांच्यापर्यंत पोहोचवून, जगाचं कल्याण करायचं या योगानुसार नामदेवांनी भागवतधर्माच्या प्रसारासाठी आयुष्य पणाला लावलं. जे व्यक्तीला मिळालं आहे ते समष्टीला द्यायला हवं, हा विचार त्यांनी आचरणात आणला. त्यांना कधी जगाचा विसर पडला नाही. नेपच्यून हा विश्वबंधुत्वाचा

आणि सर्वव्यापक प्रेमाचा द्योतक. नामदेवांना नेपच्यून प्रसन्न होता. त्यामुळे प्रेम आणि ज्ञान त्यांनी दशदिशांना पोहोचविलं. त्यांच्या कुंडलीत त्यांच्या जीवनाचं, कार्याचं स्वच्छ प्रतिबिंब पडलेलं दिसतं.

भक्तराज नामदेवांच्या जन्मासंबंधीच्या अनेक कथा आहेत. संत चरित्रकार महिपती यांनी 'भक्तविजय' या ग्रंथात नामदेव शिंपल्यात जन्मल्याची कथा सांगितली आहे. जनाबाई नामदेवांची जन्मकहाणी सांगते...

गोणाईने नवस केला। देवा पुत्र देई मला।
ऐसा पुत्र देई भक्त। ज्याला आवडे पंढरीनाथ।।
शुद्ध देखोनिया भाव। पोटी आले नामदेव।
दामोशेट्टी हरूषला। दासी जनीने ओवाळला।

एकनाथांनी सांगितलेल्या कहाणीनुसार...

द्वारकेहूनी विठू पंढरीसे आला।
नामयाचा पूर्वज दामाशेटी वहिला।।
दामा आणि गोणाई नवसी विठूला।
पुत्र देई आम्हा देवा भक्तराशी।।
तोचि नामदेव जन्मे शिंपियाचे कुळी।
भक्ताते पाहुनि वेधला वनमाळी।।

नामदेव स्वत: आपल्या जन्माविषयी सांगतात...

शिंपियाचे कुळीं जन्म माझा झाला।
परि हेतू गुंतला सदाशिवी।।
नामा म्हणे सिवी विठोबाची अंगी।
म्हणोनिया जगी धन्य झालो।।

गोणाई-दामाशेटी या विठ्ठलभक्तांच्या पोटी नामदेवांचा जन्म झाला. दोघेही पंढरीचे वारकरी होते. नामदेवांवर लहानपणापासून विठ्ठलभक्तीचे दृढ संस्कार झाले. भक्तीचं बाळकडू त्यांना मिळालं. विठूच्या सहवासाचं त्यांना वेड लागलं. विठू हा त्यांचा सवंगडी होता. सख्याविषयी कमालीचं वात्सल्य त्यांच्या मनी जन्मत: होतं.

नामदेव अतिशय लाडिक, प्रेमळ पण अतिहट्टी होते. विठू त्यांचा प्राणसखा होता. विठू–नाम्याचं एक स्वतंत्र विश्व होतं. या विश्वात नाम्या अहोरात्र रमायचा. दोघांना एकमेकांशिवाय चैन पडायची नाही. नामदेवांची ही बालभक्ती होती. नाम्या पाच वर्षांचा असतानाची त्याच्या उत्कट भक्तीची एक कथा आहे. चमत्कार म्हणून या कथेवर कदाचित आज विश्वास बसणार नाही. भाविकांनी त्यांच्या श्रद्धेनुसार या कथेचा अर्थ लावावा. नामदेवांची परमेश्वरावर अनन्यसाधारण भक्ती होती. या भक्तीमुळे त्यांना योगसिद्धी प्राप्त झाली. इतरांना चमत्कार वाटणाऱ्या घटना घडविण्याची शक्ती त्यांना प्राप्त होती. शिवाय पूर्वजन्माची पुण्याई गाठीशी होती.

पुण्यवान बालभक्त नामदेव म्हणजे पांडुरंगांचं लडिवाळ बाळ. एकदा दामाशेटी व्यवसायानिमित्त बाहेरगावी गेले. पाच वर्षांच्या नामदेवाला विठूसाठी नैवेद्याचं ताट घेऊन राऊळात जावं लागलं. मोठ्या प्रेमानं त्यानं ताट विठूपुढे ठेवलं आणि तो शेजारी बसून राहिला. विठू जेवेना. नाम्याला रडू आलं. देव जेवत का नाही? तो आपल्यावर रागावला का? नाम्या गोंधळून गेला. कावराबावरा झाला आणि विठूकडे टक लावून बघत बसला.

नको पाहू अंत पांडुरंगे आई।
नामा हरिपायी मिठी घाली।।

रडवेलं झालेलं मन विठूला प्रेमाची विनवणी करून आर्त सुरात गाऊ लागलं.

केशवा माधवा गोविंदा गोपाळा।
जेवी तू कृपाळा पांडुरंगा।।
अच्युता वामना दशरथनंदना।
जेवी तू गा कृष्णा पांडुरंगा।।
कृष्णा विष्णु हरी मधुसूदन मुरारी।
जेवी तू नरहरी पांडुरंगा।।

आपल्या लाडक्या – भोळ्या लेकराचे अश्रू विठूला बघवेनात. लेकराच्या प्रेमळ हट्टाला भुलून देव जेवला.

ऐसी ग्लानी करता विठ्ठल पावला।
नैवेद्य जेविला नामयाचा।।

या बालभक्ताची पुण्याई आणि प्रेम एवढं प्रचंड, की या दगडी मूर्तीत चैतन्य आलं. नाम्याच्या प्रेमळ हट्टासाठी मूर्तिरूपातल्या देवानं मानवी रूप धारण केलं आणि तो जेवला.

विठूशी जडलेलं सवंगड्याचं नातं हा नामदेवांच्या भक्तीचा कणा होता. वात्सल्यभक्ती, सख्यभक्ती हे नामदेवांच्या भक्तीचं वेगळेपण. सुरुवातीला त्याच्या या भक्तीचं घरी-दारी खूप कौतुक झालं; पण वाढत्या वयानुसार भक्तीचं हे कौतुक घरच्यांना झेपेनासं झालं. नामदेवांच्या मनाला भक्तीचा ध्यास लागला. त्यांच्या मनाला देवाचं पिसं लागलं. विठूचं वेड लागलेल्या या मनाला संसारात अडकून टाकायला हवं, असा विचार दामा-गोणाईने केला आणि गोविंदशेटी सदावर्ते यांच्या मुलीशी-राजाईशी, वयाच्या आठव्या वर्षी नामदेवांचा मोठ्या थाटात विवाह झाला. संसार सुरू झाला; पण विठूमय झालेल्या नामदेवांचं मन संसारात रमेना. विठूभक्ती हाच त्यांचा संसार. आपल्या मुलानं संसार करावा, असं गोणाईला वाटलं. देवपिसं लागलेला नाम्या त्या कुटुंबाचा एकमेव आधार होता. त्यांच्यावर संसाराची भिस्त होती. गोणाईनं नाम्याला समजावलं. विठूनं तिच्या लेकराला नादी लावलं. तिच्या दुःखाचं मूळ कारण होता विठू. त्यामुळे तिनं विठूला बोल लावला.

तुझे दारी बैसोनि उपवास करीन।
जीव मी देईन की नाम्यासि नेईन।।

प्रेमापोटी, काळजीपोटी तिनं नाम्यालाही सांगितलं...

सांडी देवपिसे नको करू ऐसे।
बळे घर कैसे बुडविसी।।
कैसी भक्ती तुझी जगावेगळी।
संसाराची होळी केली नाम्या।।

विठूभक्तीत रात्रंदिवस गुंग झालेला नाम्या तिला उत्तर देतो...

एका पांडुरंग दुजा नाही चांग।
म्हणुनि त्यांचा संग धरिला माते।।
इष्टमित्र बंधू सज्जन सोयरा।
माझिया संसारा हाचि एक।।

नाम्या स्वत:च्या मनाची समजूत काढू लागला. 'लाजो नको मना हरीच्या कीर्तना। संसार पाहुणा दो दिवसांचा।' जीवन अशाश्वत आहे. पाहुणा दोन दिवस मुक्काम करतो आणि निघून जातो. तसं संसाराचं आहे. संसार करता करता फिका होत जातो. मनाला हरिकीर्तनाची कधी लाज वाटू देऊ नको. तेच खरं आहे. बाकी सारं व्यर्थ आहे. यासाठी जिवलगांच्या तुटी होणं साहजिक आहे.

रात्रंदिवस विठूभक्ती करणाऱ्या पतीला राजाई दोष देऊ लागली. राजाईचा संसार उताराला लागला. घरी अन्नधान्य नाही अशी अवस्था झाली. 'खाया ना नेसाया' अशा दैन्यावस्थेत पंधरा माणसांच्या संसाराचा गाडा ती कसा ओढणार? पतीला घरी परत आणायचं असा निश्चय करून ती राऊळात गेली. नामदेव महाद्वारी उभं राहून कीर्तन करण्यात गुंग झाले होते. भक्तिरसात आकंठ चिंब झालेल्या आपल्या पतीला राजाई म्हणते...

लावोनि लंगोटी झालासे गोसावी।
आमुचि ठेवाठेवी कोण करी?।।
सुखाचा संसार करोनि बारा वाटे।
नाव केले मोठे जगामाजि।।
आमुचि करूणा न वाटेचि काही।
विनिते राजाई नामदेवा।।

राजाईचा प्रश्न, गोणाईचा त्रागा त्यांच्या परीने अगदी योग्य होता. त्या दोघींच्या दु:खानं नामदेवांचं मन गहिवरलं; पण त्या दोघींच्या दु:खापेक्षा त्यांना विठूभक्ती जास्त श्रेष्ठ वाटली. विठूशिवाय जगणं त्यांना शक्य नव्हतं. नाम्या पंढरीला आणि पंढरीरायाला सोडणं केवळ अशक्य होतं.

नाथांनी नामदेवांच्या कुटुंबीयांचा तळतळाट अत्यंत हृदयस्पर्शी शब्दात मांडला आहे. ते सांगतात–

उभयता काकुळती येती। नाम्या नको करू फजिती।
आम्हा आले वृद्धपण। कोण चालवी दुकान?।।
व्यापाराचा नाही धाक। सुखे बैसशी तू देव।
अन्नवस्त्र नाही घरा। एका जनार्दनी निर्धारी।।

'देह विठ्ठल–आत्मा विठ्ठल' अशी अनुभूती आलेले नामदेव व्यावहारिक संसारात रमणं शक्य नव्हतं. त्यांनी संसाराला जिंकल्यामुळे त्यांना अवघ्या विश्वाचा संसार करायचा होता.

विठ्ठल आमुचे सुखाचे जीवन।
विठ्ठल स्मरण प्रेम पान्हा ।।

'नाम्या झाला देव... देव झाला नाम्या।' ही नामदेवांची झालेली अवस्था राजाईला समजणं अवघड होतं; पण जेव्हा तिला पतीच्या आध्यात्मिक अधिकाराची अनुभूती आली तेव्हा तिला आपली चूक समजली. तिनं पतीला विनंती केली – 'परि मला एक वेळ घाला विठोबाच्या पायी।'

मी तव अज्ञान न कळे तुमचा महिमा।
अपराध क्षमा करा माझा ।।
अंतरीची खूण काही सांगा मज।
जे तुम्ही बीज हृदयी असा ।।
जेणे सुखे तुमचे चित्र निरंतर।
आनंदे निर्भर सदा असे ।।

विठूभक्तीचं महत्त्व लक्षात आल्यानंतर नामदेवांचं सगळं कुटुंब स्वतःला विसरून आता भक्ती करू लागलं. भक्तीत चिंब होऊन अभंग, कीर्तन करू लागलं. नामदेवांच्या भक्तिमार्गात त्यांच्या कुटुंबीयांचा सहभाग फार मोलाचा आहे. नामदेवांच्या भक्तीचं हे यश आहे. विठ्ठलभक्तीत रमलेल्या भक्तभाविकांना जननिंदा सहन करावी लागते. लोक काहीही बोलले तरी सवयीने त्यांचं काही वाटत नाही.

निंदिल ते जन सुखे निंदू द्यावे।
सज्जनी क्षोभावे नये बापा ।।
निंदा – स्तुती ज्याला समान पै झाली।
त्याची स्थिती आली समाधीसी ।।
शत्रूमित्र ज्याला समसमानत्वे।
तोचि पै देवाते आवडला ।।
माती आणि सोने ज्या भासे समान।
तो एक निधान योगिराज ।।
नामा म्हणे ऐसे भक्त जे असती।
तेचि पावन होती तिन्ही लोकी ।।

नामदेवांच्या मनात राजाई–गोणाई यांना जेवढं महत्त्व आहे तेवढंच मानाचं स्थान नामयाच्या जनीला आहे. नामदेव तिचे गुरू आहेत. त्यांच्या आध्यात्मिक जीवनाची ती साक्षीदार आहे. त्यांचा प्रपंच हा जनीचा प्रपंच. जनीला वेगळा प्रपंच नाही. तिच्या स्त्री मनाला नामदेवांच्या संसारी दिलासा मिळाला. नामयाच्या परसदारी उगवलेली ही तुळस भक्तिमय झाल्यामुळे विठूच्या महाद्वारी जाऊन पोहोचली. विठ्ठलाच्या प्रेमानं धुंद झालेले नामदेव नाचू–गाऊ लागले की देहभान हरपून जायचे. तहानभूक विसरायचे. नाचण्याचे त्यांना कधीच श्रम वाटायचे नाहीत. घर–दारी–वाळवंटी, उठता–बसता कीर्तन कीर्तन आणि कीर्तन.. हाच त्याला नाद लागला. पायी घागऱ्या बांधून, हाती टाळ आणि खांद्यावर वीणा घेऊन सदासर्वकाळ ते राऊळात 'गोविंद गोविंद' असं म्हणत. कीर्तनात दंग होऊन नाचण्यात ते जेवढे रमायचे तेवढे संसारात रमायचे नाही. भक्तिप्रेमाची बहार उडवून देणारे नामदेव देहभान हरपून गायचे – 'केशव तोचि नामा। नामा तोचि केशव।'

विठूमय झालेल्या भक्तराजाला आता असं वाटू लागलं की, 'माझ्यासारखा भक्त मीच!' विठूचं राऊळ हेच त्याचं जग. एकटेपणामुळे नामदेवांना गर्व झाला. अहंकारी मन इतरांचा मोठेपणा सहसा मान्य करत नाही. नामदेवांचा नावलौकिक दशदिशांना पसरला.

एकदा निवृत्तीनाथ आपल्या भावंडांबरोबर पंढरपूरला पांडुरंगाच्या भेटीला आले. तेव्हा पांडुरंगाच्या शेजारी भक्तराज नामदेव बसले होते. पांडुरंगाला वंदन करून प्रदक्षिणा घालताना त्यांना नामदेव दिसले. तिघा भावांनी आदराने नमस्कार केला.

उठले ज्ञानेश्वर ते केले वंदन।
मस्तकी चरण वंदियले।।
नामा म्हणे आम्हा वडील अधिकारू।
यासाठी नमस्कारु योग्य आहे।।

भक्तराज नामदेव साधकावस्थेत असल्यामुळे त्यांच्या मनी अहंकाराची भावना होती. अहंकारामुळे संघर्ष, दुःख वाट्याला येतं. आनंद, समाधान मिळत नाही.

काय वंदू मी तयांचे चरण।
अंगी परब्रह्म मजपाशी।।

निवृत्तीनं मुक्ताईला नामदेवांना नमस्कार करायला सांगितला; पण तिनं केला नाही. नामदेवांच्या भक्तीचा थोरपणा माहीत असूनही ती नमस्काराला तयार नव्हती. तिला नामदेवांचा अहंकार आवडला नाही. ती त्यांच्या दर्शनालासुद्धा थांबली नाही.

म्हणे मुक्ताबाई चंदनाचे झाड।
अहंता सर्प वेढे गुंडाळिले।।

मुक्ताबाई वयानं लहान असली तरी तिचा पारमार्थिक अधिकार मोठा होता. ती अत्यंत परखड होती. भक्त या नात्याचा अहंकार झाल्यामुळे आपल्या ज्ञानी भावंडांना नमस्कार न करणाऱ्या नामदेवांना ती म्हणाली...

अखंड जयाला देवाचा शेजार।
का रे अहंकार नाही गेला?।।
मान–अपमान वाढविसी देवा।
दीस असता दिवा हाती घेसी।।
परब्रह्मासवे नित्य तुझा खेळ।
आंधळ्या डोहाळे का बा जाले?।।
कल्पतरू तळवटी इच्छिल्या त्या गोष्टी।
अद्यापि नरोटी राहिली का?।।

आपल्या ज्ञानी भावंडांना नमस्कार न करणाऱ्या नामदेवांना नमस्कार करून, त्यांच्या अहंकाराला खतपाणी घालणं तिला मान्य नव्हतं. तिनं नामदेवांचं गर्वहरण करण्याची प्रतिज्ञा केली. मुक्ताईनं नामदेवांना 'अंतरीचा कोरा गुरूवीण' असं म्हटलं.

'गुरूविण तुज नव्हेचि गा मोक्ष।
होशील मुमुक्षु साधक तू।।

हे सारं ऐकून नामदेव अस्वस्थ झाले. रात्रंदिवस विठूभक्ती करूनही आपण कोरे कसे, या प्रश्नामुळे ते कावरेबावरे झाले. अंतर्मुख झाले. एकाएकी त्यांचं समाधान त्यांना सोडून गेलं. विठूविना त्यांना पोरकं झाल्यासारखं वाटलं आणि ते विठूचा धावा करू लागले.

राऊळात जमलेली सारी मंडळी गोरोबांकडे गेली. गोरोबांनी सगळ्यांचा पाहुणचार केला. गोरोबा वयानं, मानानं ज्येष्ठ असल्यामुळे त्यांनी जमलेल्या सगळ्यांची पारख करायचं ठरलं. गोरोबांनी घट पक्का असल्याचं सांगितलं, की त्याचं संतत्व शिक्कामोर्तब होणार असं ठरलं. गोरोबांनी कुंभाराचं थापटणं हाती घेतलं आणि प्रत्येकाच्या डोक्यावर थापटायला सुरुवात केली. नामदेवांची पाळी आली. गोरोबांचं अनुभवी थापटणं नामदेवांच्या डोक्यावर बसणार तोच नामदेव संतापले. अपमानित झाले. संतापानं म्हणाले, 'माझा पाहुणचार करायचं सोडून माझ्या डोक्यावर थापटणं मारता काय?' रागावलेल्या नाम्याला बघून जमलेले सगळे हसले. गोरोबांनी हसून सांगितलं...

गोरा म्हणे कोरा। राहिला गे बाई।
शून्यभर नाही। भाजला कोठे।।

अपमानित झालेले नामदेव तडक पंढरपुरी आले. मोठ्या कष्टी मनानं, तक्रारीच्या सुरात पांडुरंगाला म्हणाले...

ज्ञानदेवें मज पाठविलें कोरें।
जुनाट म्हातारा जाळो आला।।
मक्ताईने तेथे भाजविली कळी।
ही संतमंडळी कपटी तुझी।।

नामदेवांच्या जीवनातली ही अंधारी रात्र. प्रत्येक साधकाला जीवनात असा अनुभव येतो. आत्म्याची अंधारी रात्र म्हणजे आत्मज्ञानाची, परिवर्तनाची पहाट. या प्रसंगामुळे नामदेवांना जाग आली. स्वत:च्या भक्तीबद्दल ते विचार करू लागले. भक्तीचं व्यापकपण त्यांना समजलं. त्यामुळे नामदेवांच्या जीवनात हा प्रसंग महत्त्वाचा आहे. भक्तीचं अपुरेपण लक्षात आल्यामुळे ते चिडले, निराश झाले. निराशेतून तर चित्तशुद्धी होते. आपली विठूशी असलेली एकरूपता अपुरी असल्याचा साक्षात्कार त्यांना झाला. या अपुरेपणामुळे मान-अपमान, राग-लोभ या वासना उफाळून येतात.

नाम्याच्या पांडुरंगाने त्याला सद्‌गुरूला शरण जायला सांगितलं. गुरूविना गती नाही, असं बजावलं. ते थेट औंढ्याच्या नागनाथाला जाऊन पोहोचले. देवळात गेले, त्यांना एक विलक्षण दृश्य दिसलं. साधूसारखी दिसणारी एक

वल्ली, आरामात शंकराच्या पिंडीवर पाय देऊन खुशाल झोपली होती. त्या वल्लीचं शरीर व्याधींमुळे जर्जर झालं होतं. अंगाला दुर्गंधी येत होती. दुर्गंधीमुळे जवळ उभं राहणं शक्य नव्हतं. अशा माणसानं शंकराच्या पिंडीवर पाय ठेवून झोपणं याचा नामदेवांना राग आला. संतापानं ते गरजले...

उठा उठी प्राण्या आंधळा तू काय?।
देवावरी पाय ठेवियले ।।

'जिथं शिवलिंग नसेल तिथं माझा पाय ठेव', असं ती व्यक्ती नाम्याला म्हणाली. नामदेवांनी जोर लावून पाय उचलण्याचा प्रयत्न केला; पण पाय हलेना. ती व्यक्ती म्हणाली, 'अरे नाम्या, तुझा देव अवघ्या विश्वात आहे. मनाचे डोळे करून सगळीकडे बघ.' आणि नामदेवांना सगळीकडे शिवलिंग दिसू लागले.

नाम्या पाहे अवघा जिकडे तिकडे देव ।
कोठे रिता ठाव न देखेचि ।।

सगळं देऊळ त्यांच्याभोवती फिरू लागलं आणि उन्मनी अवस्थेत जाऊन पोहोचले. 'अहम् ब्रह्मस्मिचा' साक्षात्कार झाला आणि अत्यंत नम्रपणे नामदेवांनी त्या व्यक्तीला, सद्‌गुरूला विसोबा खेचर यांना नमस्कार केला. ज्ञानाच्या वाटा समृद्ध झाल्या की विरक्ती आपोआप येत जाते. विरक्ती सहजी प्राप्त व्हायला हवी. ज्ञानासारखी पवित्र वस्तू या जगात नाही. ज्ञान म्हणजे आत्मज्ञान. विसोबांनी गुरूपदेश केला... 'नामदेवा, ज्ञान हा खरा गुरू आहे. पाषाणाची मूर्ती म्हणजे देव नाही.'

पाषाणाचा देव बोलेचिना कधी।
हरिभव्य व्याधी कैसे घडे ।।
दगडाची मूर्ती मानिला ईश्वर।
परि तो साचार देव भिन्न ।।
दगडाचा देव इच्छा पुरवीत।
तरी का भंगत आघाताने ।।
प्रस्तराचा देव बोलितो भक्ताते।
सांगते ऐकते दोघे मूर्ख ।।

पाषाणाचा देव म्हणजे विश्वविधाता नाही, हे नामदेवांना समजलं आणि भक्तीचा प्रवास ज्ञानाच्या वाटेत सामावला. 'विश्वी विश्वंभरे कोंदलासे' हे विराट दर्शन झालं. सद्गुरूने कृपा केल्यामुळे...

डोळियांचे डोळे उघडिले जेणे।
आनंदाचे लेणे लेवविले।।

असं नामदेवांना वाटलं. विठूच्या मूर्तीपेक्षा 'विठ्ठल' नावाची महती सर्वदूर पोहोचवायला हवी हे त्यांना समजलं आणि त्यांची भक्ती फुलून आली. विठ्ठलनामाचा गजर करण्यासाठी त्यांनी आयुष्य सत्कारणी लावलं. ज्या भागवतधर्माची पायाभरणी ज्ञानदेवांनी केली त्याची भारतव्यापी उभारणी नामदेवांनी केली. किंकरवृत्ती म्हणजे सेवाभाव.

नामदेवांची भक्ती डोळस झाल्यामुळे 'देवावीण ओस नाही स्थळ' याचा अनुभव त्यांना आला. कीर्तन हे नामदेवांच्या श्रेष्ठ भक्तिमार्गातील महत्त्वाचं साधन. त्यांनी आपल्या कीर्तनातून जगी ज्ञानदीप लावण्याचा मनोमनी निश्चय केला. कीर्तनाचं महत्त्व सांगताना नामदेव म्हणतात..

कीर्तनाचे सुखे सुखी होतो देवे।
कोणते वैभव वाणी आता।।

कीर्तनात प्रत्यक्ष देव उभा राहतो. कीर्तन म्हणजे देवाचं ध्यान. कीर्तनातून पुण्य मिळतं. मन स्थिर होतं. कीर्तनातून प्रबोधन केलं जातं. नामदेवांनी पंढरपूरच्या महाद्वारी कीर्तन करून विठूला डोलवलं. महाद्वारी बेभान होऊन कीर्तन करणारे नामदेव हळूहळू चंद्रभागेच्या वाळवंटी नाचू-गाऊ लागले आणि वाळवंटी 'विठूमनाचा गजर' दुमदुमू लागला. हा गजर प्रत्येकासाठी होता. या कीर्तनी प्रत्येकजण स्वत:ला विसरून नाचू-गाऊ लागला. कीर्तनातून लोकजागृती होते. हरिनामाचा विश्वात सुकाळ करणाऱ्या नामदेवांना 'कीर्तनशिरोमणी' ही पदवी योग्य आहे. त्यांना 'महाराष्ट्रीय कीर्तन परंपरेचे नारद' म्हणतात.

आत्मानुभवात तल्लीन होऊन महाद्वारी कीर्तनात नाचत असता नामदेवांना अतीव सुख मिळालं. त्यांचा देहभाव हरपून गेला. त्यांच्या भक्तीला पैलू पडले. भक्तीला कोंदण मिळालं आणि भक्तराज नामदेव साक्षात्कारी संत झाले. 'भूतांची दया हे भांडवल। आपुली ममता नाही देही' हा अनुभव त्यांना आला.

आणि....

नामयाचे भेटी ज्ञानदेव आले।
लोटांगण घातलें नामदेवें।।

ज्ञानदेव हे ज्ञानाचे ईश्वर, तर नामदेव हे नामाचे ईश्वर. एक ज्ञानराज, तर दुसरा भक्तराज. एक प्रखर ज्ञानाचा सूर्य (ज्ञानदेव), तर नामदेव म्हणजे कोमल भक्तीचा चंद्र. एक ज्ञानानंतर भक्तिमार्गाकडे वळला, तर दुसरा भक्तीची शिडी चढून नंतर ज्ञानाला बिलगला. दोघं एकमेकांत मिसळली. एक ज्ञानाच्या वाटेनं विठूजवळ गेला, तर दुसरा श्रेष्ठ भक्तीमुळे विठूत सामावला. ज्ञानाचं आव्हान बुद्धीला, तर भक्ती भावनेला हात घालते. एक आपलं मस्तक उन्नत करतो, तर दुसरा आपलं मन विशाल करतो. दोघं दिसायला वेगळी दिसली तरी त्यात एकात्मतेचा जिव्हाळा आहे. म्हणून तर नामयाची जनी प्रेमानं-आदरानं म्हणते, 'सखा विरळा ज्ञानेश्वर। नामयाचा जो जिव्हार।'

नामदेवांच्या उत्कट भक्तीचं रहस्य जाणून घेण्याची तळमळ ज्ञानदेवांना होती. सहवासाच्या ओढीमुळे माऊलींनी जाणीवपूर्वक तीर्थयात्रा घडवून आणली असावी. ज्ञानदेव नामदेवांना म्हणतात...

तुझिये संगतीचे नित्य सुख घ्यावे।
सार्थक करावे संसाराचे।।
ऐसी ही उत्कंठा बहुत माझे पोटी।
भाग्ये झाली भेटी तुजसी आजी।।

माऊलींना नामदेवांच्या आर्त भक्तीचे फार कौतुक होते.

क्षण एक एकांती बैसोनि सहज।
अंतरीचे गूज बोलो काही...।।

यासाठी तीर्थयात्रा करायला हवी. तीर्थयात्रेला जायचं म्हणजे पंढरीरायाचा वियोग होणार. त्यामुळे नामदेव पांडुरंगाला सोडून तीर्थयात्रेला जाईनात. 'सर्व सुख मज आहे पांडुरंगी' हा भाव दाटून आला. देव सगळीकडे आहे, हा साक्षात्कार होऊनही नामदेव पांडुरंगाला सोडून जायला तयार नव्हते. नामदेव विठ्ठलमूर्तीला पाषाणमूर्ती न मानता साक्षात आनंद मानायचे. विठ्ठलरूपी आनंदही नामदेवांच्या सहवासात सुखी व्हायचा. नामदेवांच्या मनातून विठ्ठलाच्या सगुण रूपाचं वेड कधी

कमी झालं नाही. हे सगुण रूप ही नामदेवांच्या भक्तीची शक्ती होती. 'डोळ्यातील बाहुली माझी विठाई जाली' असं म्हणणाऱ्या नामदेवांची समजूत काढताना ज्ञानदेव म्हणतात...

सर्वगत संपूर्ण सर्वकाळ असणे ।
होणे आणि जाणे नाही जया।।
ते तुज माझारी – तू तया भितरी।
अनुभवी निर्धारी ठेवून मन।।

नामदेव विठूला सोडायला तयार नव्हते. भक्तिसुखाच्या अद्वितीय अनुभूतीमुळे ज्ञानदेव गहिवरले. नामदेवांविषयी त्यांना जास्तच प्रेम वाटू लागलं. 'धन्य तुझा भाव एकविध' असं माऊलीला वाटलं. माऊली नाम्याच्या भक्तीमुळे लीन झाली. नामदेवांचं भक्तिमय मन समजून घेण्याची इच्छा झाली. भागवतधर्माच्या प्रसार-प्रचारासाठी या भक्तराजाइतकी योग्य व्यक्ती अन्य कोणी नाही, याची माऊलींना खात्री पटली. नामभक्तीमुळे प्रत्यक्ष पांडुरंग भेटतो, ही नामदेवांची सहज अनुभूती होती. हे सहजसाध्य, नाममाहात्म्य नामदेव जगाला सांगतील आणि त्यांच्या तोंडचे हे स्वानुभवाचे बोल जग मान्य करेल, अशी माऊलींना खात्री होती. नामदेवांच्या रूपात माऊलींना आदर्श भक्तीचं तेजस्वी प्रतिबिंब दिसलं.

दिव्यदृष्टीचे ज्ञानेश्वर नाम्याला घेऊन त्याच्या लाडक्या विठूकडे गेले. तीर्थयात्रेचा मानस त्यांनी विठूला सांगितला. नाम्याचा वियोग विठूला सहन होणारा नव्हता; पण माऊलींना आपला लाडका ज्ञाना भक्तिप्रसारासाठी हवा आहे, हे नाम्याचं फार मोठं भाग्य आहे. हे ओळखून विठूनं दोघांना तीर्थयात्रेची आज्ञा केली. विठू म्हणाला, 'हे कृपेचे पोसणे माझे आवडते। क्षण जिवापरते न करी कदा।.' ज्ञानदेवा नाम्या माझा जीव आहे. हे माझं प्रेम आहे. क्षणभरही मी त्याला दूर करत नाही. माझा जीव मी तुझ्या हाती देतोय. माझा नाम्या भोळा आहे; पण अतिप्रामाणिक आहे. याचा प्रेमानं सांभाळ कर.'

विठूमाऊलींच्या आज्ञेनुसार ज्ञाना-नामा यात्रेला गेले खरे; पण 'मागे परतोनि पाहे' अशी नाम्याच्या मनाची अवस्था झाली. जिवाची घालमेल झाली. वियोग सहन होईना. आपण फुटून जाऊ, अशी त्यांना भीती वाटली.

क्षणाक्षणा वास परतोनि पाहे।
वियोग न साहे पंढरीचा...।।

नामदेव आत्ममग्न होते, आत्मसंतुष्ट होते. आपल्या सगुण भक्तीत ते आनंदी होते. पंढरीत त्यांचं सारं सुख एकवटलेलं आहे, ही त्यांची श्रद्धा होती; पण पंढरपुरी राहून भागवतधर्म सर्वदूर कसा पोहोचणार? प्रसारासाठी प्रवास करणं आवश्यक आहे. नामदेवांचा जन्म भागवतधर्माच्या प्रचारासाठी आहे, ते त्यांचं जीवितकार्य आहे, याची जाण ज्ञानदेवांना होती. भ्रमंतीतल्या सहवासामुळे दोघांना एकमेकांची खरी ओळख पटली आणि ज्ञानदेवांनी नामदेवांच्या संकुचित भक्तिभावनेची बंदिस्त ताटी उघडली. ज्ञानदेव ही नामदेवांची प्रेरक शक्ती. ते नाम्याला म्हणाले, 'तू पंढरीरायाचा प्रेमभंडारी आहेस. भक्तीचा तुझा अधिकार प्रचंड आहे. भक्ती कशी करायची हे तू मला आणि जगाला दाखवून दे. समाजमनाला भक्तिमार्गाला लावण्यासाठी तर तुझा अवतार आहे. भागवतधर्माच्या विस्तारासाठी तू व्यापक व्हायला हवं. नामदेवा, तुझी वाणी सागरापेक्षा खोल आहे. त्यात आनंदाचा ओलावा आहे. तुझी अमृतवणी जगाला ऐकव.'

ज्ञानदेव म्हणे तू भक्तशिरोमणी।
जोडिले जन्मोनि केशव-चरण।।
प्रेमसुख गोडी तुजचि पावली।
वासना मावळली समूळ तुझी।।

ज्ञानदेवांच्या अमृतमयी बोलांनी नामदेव आनंदी झाले. ते नम्रपणे माऊलींना म्हणाले, की भक्तिमार्गाचं मर्म जगाला सांगण्याची कामगिरी फार अवघड आहे.

'काय मी बोलावे। किती माझी मती।
तुम्ही रमापती। गोड केलें।।'

स्वत:च्या मर्यादांचं भान असणं हे मनाच्या मोठेपणाचं लक्षण. नम्रतेने नामदेव पुढे म्हणाले, 'मी काय आणि कसं बोलू? तुम्हाला आनंद, समाधान देण्याइतकं ज्ञान माझ्याजवळ नाही. तुमच्या आशीर्वादाने मी प्रयत्न करतो.'

नम्रता ही जगण्याची फार मोठी शक्ती आहे. अजानवृक्षाच्या फांदीसारखं नम्र राहता यायला हवं. नम्र भक्तरायाला माऊली म्हणाली, 'नामदेवा, तुझ्या हृदयी प्रेमाचा जिव्हाळा आहे. तू पंढरीचा प्रेमा आहेस.' माऊलींच्या आश्वासक

प्रेमामुळे नामदेव रसाळपणे बोलू लागले. त्यांनी भक्तीची व्यापक कल्पना सोपी करून सांगितली...

सर्वांभूतीं दया सर्वभावे करुणा।
जेथे मी – तूंपणा मावळला।।
भजन तया नाव वाटे मज गोड।
येर ते काबाड वायांवीण।।
नमन ते नम्रता न देखे गुण दोष।
अंतरी प्रकाश आनंदाचा।।

तीर्थयात्रा संपवून कृतार्थ मनानं वैष्णव मंडळी पंढरपुरी परतली. नामदेवांचा कंठ दाटून आला. अतिविरहामुळे त्यांनी पंढरीनाथाला मिठी घातली. विठू चरणावर लोळण घेतली.

शिणलो पंढरीराया पाहे कृपादृष्टी।
थोर झालो हिंपुटी तुजवीण...।।

आता तुझ्या दर्शनाने मात्र...

अनंत जन्मीचे विसरलो दुःख।
पाहता तुझे मुख पांडुरंग।।

अशी मनाची अवस्था झाली. नाम्याच्या भेटीसाठी अस्वस्थ झालेला पांडुरंग म्हणतो...

हासोनि पंढरीनाथ पाहे नाम्याकडे।
म्हणे नवल केवढे भाग्य तुझे।।
प्रत्यक्ष परब्रह्ममूर्ती ज्ञानेश्वर।
करितसे आदर संगतीचा...।।

भागवतधर्माची धुरा नामदेवांच्या समर्थ हाती सोपवून ज्ञानदेव निर्धास्त झाले. नामदेव किंकराची भूमिका पार पाडणार, याची माऊलींना खात्री पटली. माऊली शांत झाली. आपलं जीवितकार्य संपल्याचा साक्षात्कार त्यांना झाला. पैलतीरी कोकणाऱ्या काऊची हाक कानी पडली. काऊनं आणलेला सांगावा मनाला स्वर्गीय आनंद देऊन गेला. समाधीचा दिवस गुरूआज्ञेनं ठरला. ज्ञानियांचा राजा लुप्त होणार, जिवंत समाधी घेणार, हे ज्ञानरत्न परत कधी भेटणार नाही या

जाणिवेनं नामदेव कासावीस झाले. भर दुपारी बारा वाजता अंधारून आलं. निवृत्ती हलले. सोपान – मुक्ताई पोरके झाले. प्रत्यक्ष विठूला माऊलीचं अखेरचं दर्शन घेण्याची इच्छा झाली.

नामा म्हणे आता लोपला दिनकर।
बाप ज्ञानेश्वर समाधिस्थ।।

असं म्हणून नाम्या स्फुंदू लागला...

'का गा ज्ञानदेवा।
गेला मज सांडुनिया।।'

नामदेवांच्या भावना सैरावैरा धावू लागल्या. नाम्या वेडापिसा झाला आणि पांडुरंगाच्या आश्रयाला आला. पांडुरंग नाम्याची समजूत काढू लागला, 'अरे नाम्या मीच तुझा ज्ञानेश्वर, माझ्याकडे बघ, स्वत:ला सावर.'

ज्ञानदेव पाहता डोळा।
नामदेवा हर्ष जाला।।

नामदेवांच्या हृदयाचे आर्त अभंगातून बोलकं झालं. ज्ञानदेव चरित्र लिहिल्यामुळे नामदेवांच्या दु:खाला वाट मिळाली. नामदेव हे पहिले चरित्रकार. 'आदि', 'तीर्थावळी' आणि 'समाधी' अशा तीन भागांत नामदेवांनी निवृत्ती-ज्ञानेश्वर-सोपान-मुक्ताई या भावंडांचं चरित्र लिहिलं. हे चरित्र नसतं तर ही भावंडं मराठी मनाला अज्ञात राहिली असती. हे चरित्र म्हणजे मराठी साहित्यातील, मराठी मनाचा लाखमोलाचा ठेवा आहे. नामदेवांच्या पारमार्थिक जीवनात सद्‌गुरू विसोबा खेचर यांचे स्थान अद्वितीय आहे. नामदेव-ज्ञानदेव यांचा जिव्हाळा आत्मीय आहे. त्यामुळे ज्ञानदेवांच्या संजीवन समाधीनंतर नामदेवांचं मन आळंदीत रमणं शक्य नव्हतं. म्हणून ज्ञानदेवांनी घालून दिलेल्या भागवतधर्माच्या प्रचाराच्या वाटेनं जाण्याचा नामदेवांनी निश्चय केला आणि ते उत्तर भारताच्या यात्रेला गेले. जीवनाच्या अखेरची दोन तपं नामदेवांनी उत्तर भारतात धर्माच्या व्यापक प्रचारासाठी सत्कारणी लावली.

नामदेवांचं उत्तर भारतातलं कार्य सुवर्णाक्षरांनी नोंदविण्यासारखं आहे. नामदेव तिकडे गेले नसते तर भागवतधर्माची परंपरा महाराष्ट्रापुरती मर्यादित राहिली असती. नामदेव कुशल संघटक असल्यामुळे महाराष्ट्रात जसा त्यांना

भक्तवर्ग मिळाला, तसाच पंजाबमध्ये मिळाला. नामदेवांच्या अभंगामुळे संत कबीर, संत तुलसीदास यांना प्रेरणा मिळाली. नामदेवांना हिंदी सारस्वतात महत्त्व प्राप्त झालं. त्यांची हिंदी खास मराठी वळणाची आहे. त्यांची मराठीमिश्रित हिंदी फार गोड आहे. हिंदी मुलखात जाऊन हिंदी भाषेतून विचारविनिमय करणारे नामदेव हे पहिले संतकवी. नामदेवांच्या हिंदी पदांनी अमाप लोकप्रियता मिळवली.

इभै बिठ्लु उभै बीठलु।
विठलु बीना संसार नाही।।

अखिल भारतीय कीर्तीचे नामदेव हे पहिले संत आहेत. महाराष्ट्राइतकंच किंबहुना महाराष्ट्रापेक्षाही उत्तर भारतात नामदेवांचं स्थान खूप आहे. अमृतसरजवळील घुमान इथं नामदेवांचं सर्वात मोठं स्मृतिमंदिर आहे. नामदेव हे हिंदी संतपरंपरेचे प्रवर्तक आहेत. शिखांच्या आदिग्रंथात नामदेवांना मान आहे. त्यांच्या 'श्री गुरुग्रंथसाहेबा'त नामदेवांची ६१ हिंदी पदं आहेत. मराठी भाषेमुळे हिंदी भाषा समृद्ध झाली याचं श्रेय नामदेवांकडे जातं. संत नामदेव देशाच्या बहुजन भाषेचे – हिंदीचे आद्य तत्त्वज्ञ कवी आहेत. १३ व्या शतकात नामदेवांनी आपल्या हिंदी–मराठी श्रेष्ठ अभंगांनी भाषेच्या आंतरभारतीचे कार्य यशस्वीपणे सुरू केलं, असं म्हणता येईल.

नामदेवांनी मराठी सारस्वताला अभंगाची देणगी दिली. नामदेवांचे अभंग म्हणजे त्यांची चरित्रकहाणी. त्यांचं चरित्र आणि अभंग यांचं अद्वैत आहे. भाविकांना मंत्रमुग्ध करून टाकणाऱ्या असंख्य अभंगांत स्वत: नामदेव पदोपदी भेटतात. नामयाची वाणी म्हणजे अमृताच्या खाणी. त्यांनी आपल्या अभंगवाणीतून माऊलींचं तत्त्वज्ञान सोपं करून मराठी मनाला सांगितलं.

आपलं जीवितकार्य आणि अभंग यात रमलेल्या नामदेवांच्या मनातून पांडुरंगाची ओढ कधीच कमी झाली नाही. दिवसेंदिवस ती ओढ वाढतच गेली. मराठी संत भगवंताच्या बालरूपावर भाळले होते. नंदाच्या घरी रांगणारा, गौळणींच्या घरी दह्या, दुधाची चोरी करणारा, गोपींना वेड लावणारा धन:श्याम मुरली वाजवायला लागला की नामदेवांचं हृदय यशोदेच्या डोळ्यांनी त्याच्या कौतुकात रमायचं. नामदेवांचं कृष्णप्रेम अनन्यसाधारण आहे. त्यांची वात्सल्यभक्ती व सख्यभक्ती यांचं दर्शन कृष्णाच्या बालक्रीडेत घडतं. त्यांचे बालक्रीडेचे अभंग लोकप्रिय आहेत. राधा–कृष्णाकडे नामदेव बालसवंगडी या नात्याने बघतात.

शृंगारभक्ती त्यांना फारशी मानवत नाही. नामदेवांची कृष्णभक्ती आत्यंतिक गोड आहे.

नामदेवांनी आपल्या 'हरिपाठा'च्या अभंगांत नामाचा महिमा सांगितला आहे. अखंड नामस्मरणाने नामदेवांना जो साक्षात्कार झाला, ते अनुभव सर्वसामान्यांसाठी त्यांनी 'हरिपाठा'त सांगितले आहेत. आयुष्यभर एक व्रत म्हणून नामाचा गजर करणारे नामदेव म्हणजे नामस्मरणाचा देव. नाम हा प्राणविषय आहे. नामाच्या वाटेवर देव भेटतो. नाम आपल्या श्वासात हवं.

नामा म्हणे जप अखंड नामाचा।
काळ हा सुखाचा सदोदित।।

नामदेवांनी विठूरूपात नामाचा आविष्कार बघितला., 'तुझे नाम माझ्या मुखी' हा त्यांना छंद जडला. विठूनामात अवघ्या विश्वाची गोडी आहे. नामभक्तीमुळे 'मी'चा विसर पडतो.

नामा म्हणे नाम ॐकाराचे मूळ।
ब्रह्म ते केवळ विटेवरी।।

नामदेवांना विठूनाम अमृताहून गोड वाटतं. नाम घेता घेता आपणच नाम होऊन जातो. निरामय शांती पसरते. मनाचा – देहाचा आपोआप विसर पडतो. जन्ममरणाचे दु:ख संपते. नामदेव पंढरीरायाचे नाम व चरण आयुष्यात सोडणं शक्य नाही. नामदेवांची श्रद्धा अढळ आहे. या श्रद्धेला विठूशिवाय पर्याय नाही. ते स्वत: विठ्ठलरूप होऊन जगले. विठूशिवाय त्यांना दुसरा कसलाही ध्यास नव्हता. 'सदा मुखी नाम संतांचे दर्शन' ही सदासर्वकाळ त्यांची आस होती. 'विठू हवाच' हा बालहट्ट अखेरपर्यंत शिल्लक होता. 'विठू माझी माऊली–मी तिची साऊली' हा भाव कायम होता. ती माझी मी तिचा ही भावना कधीच बदलली नाही. आपल्या माऊलीवर अखंड श्रद्धा असणं हा भागवतधर्म. मुखी अखंड हरिनाम म्हणजे भागवतधर्म. एकात्म भाव हे या धर्माचं रहस्य. भागवतधर्म व नामदेव हे दोघे निराळे नाहीत.

अमृतमयी नाम म्हणजे पाचवा वेद. अखंड नामस्मरणामुळे आनंदाच्या सरी बरसतात. अंधुक प्रकाशाचं दर्शन होतं. झपाटलेपण येतं. नाद कानी पडतो. प्रकाशातून एक मंद मंद ज्योत जवळ येते. साक्षात्कार होतो आणि देव भेटतो. ज्योतीची निजज्योत असलेला पांडुरंग आपल्या हृदयी सामावतो. नामदेवांना हे भाग्य लाभलं.

जन्मोजन्मीं आम्हीं बहुपुण्य केलें।
तेव्हा या विठ्ठले कृपा केली।।
जन्मोनि संसारी झालो त्याचा दास।
माझा तो विश्वास पांडुरंगी।।

'धन्य माझा जन्म-धन्य माझे कूळ' ही तृप्ती नामदेवांनी अनुभवली. नामदेवांच्या मनी असलेल्या विठूबद्दलच्या जिव्हाळ्याचं थेट प्रतिबिंब पांडुरंगाच्या आरतीत पडले आहे. भाविकांच्या हृदयी घर करून राहिलेली ती आरती नामयाच्या प्रेमहृदयाची साक्ष पटवून देते.

युगें अट्ठावीस विटेवरी उभा।
वामांगी रखुबाई दिसे दिव्य शोभा...।।

सदासर्वकाळ पंढरीनाथा, तू मला तुझ्या समीप ठेव ही नामदेवांची अखेरची मागणी. नामदेवांची विरही अवस्था भाविकांच्या मनाचा ठाव घेणारी आहे. कारुण्य प्रभावीरित्या बोलकं झालं आहे. वियोगाचं दु:ख सहन न झाल्यामुळे ते देवाला बोल लावतात. देवाची कानउघडणी करतात.

घालीन लोटांगण वंदीन चरण।
डोळ्यांनी पाहीन रूप तुझे...।।

असं म्हणत नामदेव विठूचरणी लोळण घेऊन त्याला शरण जातात. आपल्या अंतरीचं गूज सांगतात -

नामा म्हणे केशवा तुझी मज गोडी।
जन्मोजन्मी जोडी हेचि देई।।

नामदेवांचा अंतिम क्षण समीप येत होता. नामदेवांसारख्या महापुरुषांच्या दृश्य जीवनाचा शेवट अनंताशी नातं जोडतो. अंतिम क्षण मौलिक असतो. त्या क्षणी जन्मजन्मांतरीची पुण्याई, साधना फळाला लागते. नामदेव पांडुरंगाला म्हणाले, 'मला तुझ्यापासून दूर करू नको. मला समाधी घेण्याची अनुमती दे.'

आषाढ शुद्ध एकादशी। नामा विनवी विठ्ठलासी।
आज्ञा द्यावी हो मजसी। समाधी विश्रांती लागी।।
आयुष्य कळसासी आले। अभंग त्वा सिद्धी नेले।
ज्ञानेश्वर संगती घडली। तिर्थमिषे जगदुद्धारा।।

जन्मा आलियाचे कृत्य। जन लावावे सुपंथे।
विठ्ठल मंत्र त्रिभुवनात। जग जाणत महिमा रे।।
सर्वसिद्ध मनोरथ। तुझ्या कृपेने समस्त।

नामदेव पांडुरंगाकडे अखेरची मागणी मागतात...

नामा म्हणे आम्ही पायरीचे चिरे
संत हिरे पाय देती वरू।।

पांडुरंगालाही नाम्याचा सहवास अखंड हवा असल्यामुळे पांडुरंगाने नाम्याची मागणी पूर्ण केली आणि नामदेवांना, विठूच्या लाडक्या नाम्याला त्याच्या चरणी अढळपद मिळालं. नामदेवांच्या मनीची आस पूर्ण झाली.

पृथ्वीवर तीर्थे आहेत अपार।
परी पंढरीची सर एका नाही।।

भक्तश्रेष्ठ नामदेवांनी वयाच्या ऐंशीव्या वर्षी, आषाढ वद्य त्रयोदशीला, शनिवार, दिनांक ३ जुलै इ.स. १३५० या दिवशी पंढरीच्या राऊळात, लाडक्या विठूच्या साक्षीने योगसमाधी घेतली. दशदिशा भेदून टाकणारा मंत्रजागर झाला आणि समाधीचं दार बंद झालं. जन्म सार्थकी लागला.

पंढरीची कीर्ती भारतवर्षात पोहोचविणारे नामदेव, त्याच्या पांडुरंगाच्या महाद्वारी योगसमाधिस्थ आहेत. नामाचा देव पांडुरंगाच्या तळीच्या पायरीखाली योगनिद्रा घेतोय...

महाद्वारीची हे तळीची पायरी।
तो वैकुंठावरी कळस केला।।

हे महाद्वार म्हणजे नामदेवाचं सुखाचं निधान. या महाद्वाराशी त्यांच्या कितीतरी आठवणी एकवटलेल्या आहेत. पंढरपूरचं विठ्ठल मंदिर अतिभव्य आहे. त्याला आठ दरवाजे आहेत. पूर्वेकडील दरवाजाला महाद्वार किंवा नामदेवांचा दरवाजा असं म्हणतात. नामदेवांचं द्वार आपल्याला थेट चंद्रभागेच्या वाळवंटी घेऊन जाते. या पवित्र महाद्वारी नामदेवांची समाधी आहे. या महाद्वाराला बारा पायऱ्या आहेत. त्यातल्या पहिल्या पायरीवर नामदेव विराजमान झाले आहेत. त्यामुळे भाविक श्रद्धेनं या पायरीला नामदेवाची पायरी म्हणतात. ही पायरी म्हणजेच नामदेवांची योगसमाधी.

महाद्वारी सुख असे या सुखाचे।
लागती संतांचे चरणरज।।
म्हणोनिया स्थळ पाहिले निवांत।
झाले चित्त तेथे समाधान।।

नामदेवांची पायरी म्हणजे भक्तीची पायरी. ही पायरी नऊ इंच रूंदीची आहे. भजनप्रेमापासून विश्रांतीपर्यंत भक्तीचं रहस्य सांगणारी नामदेवांची भक्तिमूर्ती या पायरीखाली योगनिद्रा घेते आहे. अहंभावाचं विसर्जन करून ईश्वराकडे जायचं म्हणजे भक्ती. भक्तीत असतो देव - भक्त यांच्यातला हृदयसंवाद. नवविधा भक्तीनं परिपूर्ण असलेली नामदेवांची भक्ती भाविकांचा आदर्श आहे. भक्तीनं परिपूर्ण असलेलं नामदेवांचं जीवन या पायरीत सामावलेलं आहे. म्हणून ही पायरी नऊ इंचांची असावी. या पायरीला भक्तभाविकांच्या हृदयी एक विशिष्ट स्थान आहे. ही पायरी कलात्मक आहे. तिच्यावर तिच्या सौंदर्यात भर घालणारा पितळी पत्रा आहे. पायरीच्या मध्यभागी ॐकार आहे. दोन्ही बाजूंना तिच्या आंतरिक भक्तिभावाची झलक दाखविण्यासाठी पांडुरंगाच्या रेखीव मूर्ती कोरलेल्या आहेत. या मूर्तीच्या दर्शनाने मनाला प्रसन्नता येते. प्रसन्न मनाला उजव्या बाजूला नामदेवांच्या मुखवट्याचं दर्शन होतं. या मुखवट्याला मराठेशाही पेहेराव चढवला आहे. त्यामुळे मराठी मन सुखावतं. या मुखवट्याचं रूप मनी साठवून, त्यावर माथा टेकला की मन शांत होतं. या पूज्य पायरीवर भाविकांचं पाऊल कसं पडेल? पूज्य ठिकाणी नतमस्तक होण्याचा संस्कार संतांनी तर केला. टेकलेला माथा उचलला की वरच्या पायरीवर नामदेवांच्या भक्तिमार्गात सामील झालेल्या त्यांच्या कुटुंबीयांची भेट होते. या पायरीच्या पुढ्यात संगमरवरी गालिचा पसरलाय. इथे कीर्तनाचा गजर होतो. जणू काही...

नाचू कीर्तनाचे रंगी।
ज्ञानदीप लावू जगी।।

असं गुणगुणत धुंद झालेले नामदेव भेटल्याचा भास होतो. नामदेव पांडुरंगाच्या तळीच्या पायरीखाली चिरनिद्रा घेत आहेत. संतदर्शनाने कृतकृत्य होणारे नामदेव खरचंच अतिभाग्यवान की, आजही संतसज्जनांना, सोयऱ्यांना, वारकऱ्यांना नामदेवांच्या पायरीला स्पर्श केल्याशिवाय नाम्याच्या लाडक्या

विठूकडे जाता येत नाही. विठू आणि त्याचा नाम्या यांचं जगावेगळं प्रेम असल्यामुळे नामदेवांनी देह ठेवल्यानंतरसुद्धा दोघंही सदैव एकमेकांच्या सहवासात आहेत.

माझा भाव तुझे चरणी।
तुझे रूप माझे नयनी।।
सापडलो एकमेका।
जन्म नव्हे रे सुटका।।...

'जिकडे पाहावे तिकडे अवघा विठ्ठल' असा विराट दर्शनाचा सोहळा नामदेवांनी अनुभवला होता. या विराट दर्शनाने त्यांना स्वत:चा पूर्ण विसर पडला. अद्वैताचं नातं सांगणारे अर्थपूर्ण अभंग या पायरीच्या दर्शनाने मनात रेंगाळतात.

तूं अवकाश मी भूमिका।
तूं लिंग मी साळुंका।।
तूं समुद्र मी द्वारका।
स्वयें दोन्ही।।
नामा म्हणे पुरुषोत्तमा।
स्वयें जडलो तुझ्या प्रेमा।।
मी कुडी तूं आत्मा। स्वयें दोन्ही।

'परब्रह्म होऊनि ठेला' हा आत्मानंद अनुभवताना, परमेश्वररूप झालेल्या नामदेवांनी लोककल्याणाच्या ध्यासातून त्यांच्या पांडुरंगाजवळ प्रसाद मागितला. हा प्रसाद सर्वस्पर्शी आहे. हा प्रसाद म्हणजेच नामदेवाचं पसायदान. यात विश्वमांगल्याची उदात्त भावना आहे. त्यातल्या सात्त्विक, उदात्त भावामुळे त्याला आदर्श प्रार्थनेचं मूल्य प्राप्त झालं आहे. ते एक सांस्कृतिक प्रबोधन आहे. 'सकळांना आनंद मिळो' हा सुखाचा मंत्र त्यात आहे. हा मंत्र आजच्या काळाला संदेश देणारा आहे.

आकल्प आयुष्य व्हावें तया कुळा।
माझिया सकळा हरीच्या दासा।।
कल्पनेचि बाधा न हो कोणे काळी।
ही संतमंडळी सुखी असो द्यावी।

अहंकाराचा वारा न लागो राजसा।।
माझ्या विष्णुदासा भाविकांसी।
नामा म्हणे तया असावें कल्याण।।
जया मुखीं निधान पांडुरंग।

नामदेवांना वैयक्तिक जीवन फारसं नाही. त्यांचं सांस्कृतिक, राष्ट्रीय कार्य फार प्रचंड आहे. ज्या कार्यामुळे अवघं भारतवर्ष दुमदुमलं.

धन्य धन्य नामदेव।
सर्वे वैष्णवांचा राव।।

आयुष्यातला पन्नास वर्षांपेक्षा जास्त काळ कीर्तनरंगी नाचून, ज्ञानदीप लावून भागवतधर्माचा सर्वदूर प्रचार नामदेवांनी केला. कीर्तनशिरोमणी नामदेवांनी कीर्तनाच्या माध्यमातून हरिनामाचा सुकाळ केला. धर्मविस्तार करणाऱ्या या किंकराची, त्याच्या नामसाधनेची, भजन-कीर्तनाची आठवण भारतवर्ष कधीच विसरणार नाही. भारतभरातल्या अनेक प्रांतांतील लहान-मोठ्या गावांतून वारकरी पंथांचं कीर्तन आजही कानावर पडते. या कीर्तनात नामदेवांची अमृतवाणी भाविकपणे, आदराने गायली जाते. टाळ, मृदंग, वीणा यांच्या गोड तालसुरात - 'बोला पुंडलिक वरदे हारी विठ्ठल-नामदेव-तुकाराम' चा गजर होतो. या गजरात वारकरी देहभान हरपून नाचतात. या भजन-कीर्तनाच्या अखेरीस वारकऱ्यांच्या गोड गळ्यातून नामदेवांच्या आरतीचे सूर कानी पडतात. आरतीच्या सुरांनी मन सोज्वळ, प्रसन्न, एकाग्र होतं. मनात आर्त भाव डोकावतात. प्रेमभावनेनं वारकऱ्यांच्या आरतीच्या सुरात आपणही सूर मिसळून टाकतो.

घालीन लोटांगण वंदीन चरण।
डोळ्यांनी पाहीन रूप तुझे।।
प्रेमे आलिंगीन आनंदे पूजीन।
भावे ओवाळीन म्हणे नामा।।

❐

महाराष्ट्राचे नाथ एकनाथ

संत एकनाथांना ज्ञानदेवांचा अवतार किंवा 'ज्ञानाचा एका' असं म्हणतात. या म्हणण्यातच त्यांचे मोठेपण समजतं. संत एकनाथ हे महाराष्ट्राच्या भागवतधर्माचे मोठे आधारस्तंभ होते. महाराष्ट्राचे पंचप्राण असलेल्या पाच संतकवींमधील मध्यवर्ती जागा संत एकनाथांची. नाथांपूर्वी ज्ञानेश्वर माऊली व भक्तराज नामदेव होऊन गेले, तर नाथांनंतर जगद्गुरू तुकाराम व समर्थ रामदास होऊन गेले. ज्ञानदेवकालीन महाराष्ट्र सुखसंपन्न होता; पण ज्ञानदेवांनंतर महाराष्ट्र यावनी सत्तेखाली गेला. ही सत्ता पुढे तीनशे वर्षे टिकली. या दोन-अडीचशे वर्षांच्या कालखंडाला महाराष्ट्राचे तमोयुग म्हणतात. या तमोयुगात नाथांनी आपल्या व्यक्तिमत्त्वाचा/संतत्वाचा, कार्याचा, वाङ्मयाचा ठसा उमटविला.

यावनी आक्रमणामुळे महाराष्ट्र अंतर्बाह्य पोळून निघाला होता. यवनांच्या धार्मिक आक्रमणामुळे सामाजिक विघटन झाले. समाजात बेबंदशाही माजली. सततच्या आक्रमणांमुळे स्वत्व नष्ट झालेल्या, भेकड मराठी मनाला उभारी देण्याचं अवघड काम नाथांना करायचं होतं. पारतंत्र्य व आत्मनाश या दोन प्रवृत्ती बळावल्यामुळे महाराष्ट्राचं मन अक्षरश: विदीर्ण झालं होतं. राजकीय पारतंत्र्यात सामाजिक व धार्मिक दुरवस्थेची भर पडली. ब्राह्मतेज, क्षात्रतेज लोपून गेलं. या पार्श्वभूमीवर नाथांना समाजाचा उद्धार करायचा होता. समाजाला भागवतधर्माच्या झेंड्याखाली एकत्र आणायचे होते. परतंत्र महाराष्ट्राचे धार्मिक पुढारीपण नाथांनी स्वीकारले व पेलले! 'भागवतधर्माचे संरक्षण करून संवर्धनाचं अलौकिक कार्य नाथांनी आयुष्यभर केलं. देवतुल्य व्यक्तिमत्त्व लाभलेल्या नाथांचं कार्य म्हणजे देवकार्य आहे. 'मानवी स्वरूपात मूर्तिमान झालेला प्रत्यक्ष भावगतधर्म' या शब्दात नाथांचं व त्यांच्या कार्याचं वर्णन केलं आहे. या

भागवतधर्मीय खेळियाचे संत तुकाराममहाराजांनी केलेलं वर्णन अतिशय मार्मिक आहे.

'ब्राह्मणाचा पोर एक खेळिया भला।
तेणे जन खेळकर केला रे।।
जनार्दन बसवंत करुनिया तेणे।
वैष्णवांचा मेळा मेळविला रे।।
एकचि घाई खेळता खेळतो।
आपणचि बसवंत जाला रे।।

महाराष्ट्राच्या भागवतधर्माचे प्रमुख भाष्यकार असलेले एकनाथ खरंच भागवतोत्तम संत आहेत. 'धन्य निज भाग्याची लीला। आलो वैष्णव कुळा जन्मोनी।' असे कृतार्थ उद्‌गार काढणारे संत एकनाथ हे खरंच महाराष्ट्राचे भाग्य आहेत. संत ज्ञानदेव–नामदेव–समकालीन. संत तुकाराम–समर्थ रामदास हेही समकालीन. ज्ञानदेव–नामदेव व तुकाराम–रामदास यांच्या मधल्या काळातील 'खांब दिला भागवत' असं ज्यांचं वर्णन केलं जातं ते संत एकनाथ मात्र एकटेच होते. पण या भागवतोत्तम संत एकनाथांचे लोकोत्तरत्व अवर्णनीय आहे –

महाराष्ट्राली फार मोठी सांस्कृतिक परंपरा लाभली. या वैभवशाली सांस्कृतिक परंपरेत संतांच्या कार्याचा वाटा मोठा व महत्त्वाचा आहे. महाराष्ट्रातील वारकरी संप्रदायाचा पाया ज्ञानदेवांनी घातल्यानंतर भक्तराज नामदेवांनी पंढरपूरपासून पंजाबपर्यंत भक्तीचा प्रसार केला. नामदेवांच्या कार्यानंतर मात्र सुमारे अडीचशे वर्षांच्या काळात महाराष्ट्राचे सांस्कृतिक जीवन यावनी आक्रमणांमुळे ढवळून निघालं. या काळात महाराष्ट्राचं दुर्दैव असं की समाजमनाला आदर्श वाटेल, मार्गदर्शन करेल असा संत झाला नाही. या पार्श्वभूमीवर संत एकनाथांचा झालेला उदय हे अवघ्या महाराष्ट्राचं भाग्य म्हणावं लागेल. ज्ञानेश्वर–नामदेवांच्या अवतारसमाप्तीनंतरचे महाराष्ट्रातील आक्रमण राजकीय, धार्मिक, सांस्कृतिक, भाषिक इ. प्रकारचे होते. या आक्रमणांमुळे समाजमन कमकुवत झाले. जणू पुरुषार्थ संपून गेला. अशा पिचलेल्या दुर्बल समाजाला उभारी देण्याचं अवघड काम नाथांनी केलं. मुसलमानांच्या मुजोरीला विरोध करण्याचं बळ संपून गेलं होतं. अशा वेळी भक्तिमार्गाने समाजमनातील देवत्वाला स्पर्श करून त्यांच्यातला अभिमान, आत्मविश्वास जागा करण्याचं काम नाथांनी केलं.

भागवतधर्माचा प्रचार करून स्वतःच्या आचरणाचा आदर्श ठेवून नाथांनी हे काम केलं. हिंदू धर्म, हिंदू संस्कृती, मराठी भाषा महाराष्ट्रात टिकली ती केवळ नाथांच्या अलौकिक कार्यामुळेच! पोरक्या महाराष्ट्राचे नाथ होण्याची अवघड कामगिरी नाथांनी सहज पार पाडली. किंबहुना, यासाठीच त्यांचा अवतार होता असं म्हणणं योग्य ठरेल.

संत एकनाथांनी आपल्या जन्माची कहाणी मोठ्या अभिमानाने, आदराने गायिली आहे.

वंदू भानुदास आता। जो का पितामहाचा पिता।
ज्याचेनि वंश भगवता। जाला सर्वथा प्रियकर।।
ज्याने बाळपणी आकळिला भानु। स्वये जाहला चिद्भानु।
जिंकोनि मानाभिमानु। भगवत्पावनु स्वये जा ला।।
जयाची पदबंध प्राप्ती। पाहो आली श्रीविठ्ठलमूर्ती।
कानी कुंडले जगज्योति। करिता राती देखिला।।
तया भानुदासाचा चक्रपाणी। तयाचा सुत सुलक्षणी।
तया सूर्य नाम ठेवूनि। निजी निज होऊनि भानुदास ठेला।।
तया सूर्यप्रभा प्रतापकिरणी। माते प्रसविली रुख्मिणी।
म्हणोनि रखुमाई जननी। आम्हा लागुनी साचची।।

अशा वैष्णवकुळात जन्माला आलो हे माझं भाग्य, हा नम्र व कृतज्ञताभाव नाथांच्या मनात आहे. थोर संत भानुदासांचे नाथ हे पणतू होत. भानुदास हे श्रेष्ठ विठ्ठलभक्त होते. कृष्णदेवरायाने पंढरपूरची विठ्ठलमूर्ती विद्यानगरला नेली. ती परत आणण्याची मोठी कामगिरी भानुदासांनी केली. भानुदासांचा पुत्र चक्रपाणी, चक्रपाणींचा पुत्र सूर्यनारायण, सूर्यनारायणाचा पुत्र शांतिब्रह्म एकनाथ. रुख्मिणीबाई व सूर्यनारायण हे नाथांचे माता-पिता. इ.स. १५३३ च्या सुमारास नाथांचा पैठणला जन्म झाला. आई-वडिलांचे निर्मूळ होण्याला नाथ कारण झाले. मूळ नक्षत्रावर नाथांचा जन्म झाल्यामुळे ते आईवडिलांच्या सहवासाला पारखे झाले. आजी-आजोबांमुळे नाथांचे लहानपण सुखा-समाधानात गेले. पैठण हे विद्येचं माहेरघर. या माहेरघरी नाथांवर विद्येचे संस्कार झाले. कुशाग्र बुद्धीच्या नाथांची मुंज वयाच्या सहाव्या-सातव्या वर्षी झाली आणि नाथांना सद्गुरूच्या भेटीची तळमळ लागली. स्वप्नस्थ दृष्टान्त झला. 'देवगिरी येथे जनार्दनस्वामी नावाचे

सद्गुरू आहेत. त्यांच्याकडे जाऊन अनुग्रह घे.' या दृष्टान्तानुसार एक दिवस अचानक कोणालाही न सांगता नाथांनी घर सोडलं आणि ते दौलताबादला जाऊन पोहोचले. या वेळी नाथांचं वय होतं बारा. नाथांना लहानपणापासून भगवंताच्या प्राप्तीची ओढ होती. यासाठी भक्तिमार्गाने जावं, हा विचार होता. यासाठी सद्गुरूची कृपा हवी, ही दृढ श्रद्धा होती. म्हणून दौलताबादला सद्गुरूंच्या भेटीची तळमळ वाटल्यामुळे ते गेले. 'सद्गुरूवाचूनी। सापडेना सोय। धरावे ते पाय आधी त्याचे।' ही नाथांची श्रद्धा होती. नाथांचे गुरू श्री जनार्दनस्वामी देवगिरी – दौलताबाद किल्ल्याचे किल्लेदार होते. प्रतिकूल परिस्थितीत जनार्दनस्वामींनी देवगिरीच्या किल्ल्यावर महाराष्ट्रधर्माचं निशाण फडकवत ठेवण्याची कामगिरी पार पाडली होती. अहमदनगरच्या निजामशाहीत त्यांचा दरारा होता. नाथांच्या रूपाने महाराष्ट्राला स्वधर्माचा दीप देण्याचे अद्वितीय काम जनार्दनस्वामींनी केलं. जनार्दनस्वामींमुळे एकनाथांचं जीवन धन्य झालं. जनार्दनस्वामी म्हणजे नाथांची माऊली. नाथ तिचं बाळ आहेत. सदैव हरिभजन करणारा, शिष्याला निजानंदाचा अनुभव देणारा गुरू भेटणं ही नाथांची पुण्याई आहे. सद्गुरूंच्या कृपेमुळे सद्शिष्याच्या मनातील द्वैतभाव गळून पडतो आणि 'हरिरूप झाली अवघी सृष्टी' हा अनुभव त्याला येतो. 'एका जनार्दनी गुरूकृपा दृष्टी। दिसे सर्व सृष्टी ब्रह्मरूप।' अशी नाथांची अवस्था झाली ती केवळ जनार्दनस्वामींमुळे.

नाथांनी जनार्दनस्वामींची मनोभावे सेवा केली. अनुग्रह घेतला. नाथांच्या सेवेने प्रसन्न झाल्यामुळे जनार्दनस्वामींनी नाथांना दत्तात्रेयाचं दर्शन घडविलं. दत्तात्रेयांनी सांगितलं की, 'अरे, हा एकनाथ सामान्य मनुष्य नाही. विश्वाचा उद्धार करण्यासाठी हा साक्षात विठ्ठल अवतरला आहे. त्याचं कीर्तन ऐकून असंख्य जडमूढांचा उद्धार होईल. हा उत्तम प्रकारची कविता करील.' याच वेळी जनार्दनस्वामींनी नाथांना उपदेश केला की, 'मनुष्यास आत्मज्ञान झाले तरी त्याने सगुण भक्ती सोडता कामा नये.'

नाथांची आपल्या गुरूवर अनन्यसाधारण भक्ती असल्यामुळे गुरुआज्ञेचं तंतोतंत पालन करण्यात त्यांना धन्यता वाटायची. गुरूआज्ञेनुसार शूलभंजन पर्वतावर नाथांनी तपश्चर्या केली. या तपश्चर्येचं फळ म्हणून नाथांना भगवंताचे दर्शन झाले. ज्ञानेश्वरादी सर्व संतांची गुरूंवर श्रद्धा होती; पण नाथांची गुरुभक्ती काही विलक्षण

होती. सद्‌गुरूच्या कृपेमुळे भ्रांतीमय जगाच्या पलीकडे असणाऱ्या चैतन्याचे दर्शन होते आणि देहाचं सार्थक होते. सद्‌गुरू कायावाचामनाने दीन जिवांवर सदैव कृपा करतो. शिष्याला पुत्रसमान मानून तो ब्रह्मभावनेने शिष्याकडे बघतो. शिष्यावरील संकटांचे निवारण स्वत: गुरू करतो. गुरू शिष्याला निजानंदाचा अनुभव देतो. नाथांनी ही गुरुलक्षणे सांगितली. कारण त्यांचा तो अनुभव होता. ग्रंथारंभी गणेशस्तवन करण्याची रूढी नाथांनी बाजूला सारून ग्रंथारंभी गुरुवंदन केलं. यातच त्यांची गुरुभक्ती लक्षात येते. भागवताच्या पहिल्या ओवीतील आदरांजली लक्षणीय आहे –

ॐ नमोजी जनार्दना। नाही भवाभवभावना।
न देखोनि मी तू पणा। नमन श्रीगुरूचरणा सद्‌गुरूराया।।

नाथांसारख्या कर्तव्यतत्पर शिष्याला जनार्दनस्वामींसारखा परिणत यज्ञ गुरू भेटणं ही एक अलौकिक घटना आहे.

तपश्चर्येइतकंच महत्त्व तीर्थाटनाला असते, हा संस्कार नाथांच्या मनावर जनार्दनस्वामींनी केला. कारण तीर्थाटनामुळे जनसंपत्ती वाढते. समाजमनापर्यंत पोहोचून त्यांचा वेध घेण्यासाठी तीर्थयात्रा हवी. सुरुवातीला जनार्दनस्वामी आपल्या शिष्याला स्वत: तीर्थयात्रेला घेऊन गेले. नाथांना नाशिक-पंचवटीला जाऊन श्रीरामचंद्रांचं दर्शन घ्यावं, अशी तळमळ लागली. नाशिकच्या प्रवासात गुरूशिष्यांनी चंद्रभटांकडे मुक्काम केला. या मुक्कामात चंद्रभटांनी 'चतु:श्लोकी भागवतां'चे उत्तम निरुपण केले. तिघांनाही एकमकेांच्या सहवासाची ओढ वाटल्यामुळे चंद्रभट, जनार्दनस्वामी व नाथांबरोबर पंचवटीला गेले. जनार्दनस्वामींच्या आज्ञेनुसार नाथांनी 'चतु:श्लोकी भागवता'वर प्राकृतात टीका केली. शिष्याच्या या टीकाग्रंथाने गुरूला आनंद झाला. प्रसन्न मनाने शिष्याला आशीर्वाद दिला की, भागवताच्या एकादश स्कंधाची टीका तुझ्या मुखाने पांडुरंग वदवेल आणि नाथांनी ग्रंथांचा श्रीगणेशा केला.

भारतातील बहुतांश तीर्थक्षेत्रांच्या दर्शनानंतर नाथ पैठणला परत आले. आजी-आजोबांची इच्छा व गुरूचा आदेश यानुसार नाथ गृहस्थाश्रमी झाले. नाथांचा गृहस्थाश्रम आदर्श होता. त्यांना गिरिजाबाई या पतिव्रतेची साथ मिळाली. प्रपंचाचा परमार्थ करण्यात नाथ यशस्वी झाले. नाथाच्या प्रपंचात कोणतेही न्यून नव्हते. प्रपंचात आनंदाने राहून सारी कर्तव्यकर्म समाधानाने, शांतपणे पार पाडून

अलिप्तपणे राहावे. नाथ प्रपंचाला धर्मशाळा म्हणतात. धर्मशाळेतील वस्ती जशी निर्भय असते तशी निर्ममत्वाची वृत्ती प्रपंचात ठेवावी. नाथांच्या घराण्याला जशी पूर्वपरंपरा आहे तशीच उत्तरपरंपरा आहे. नाथांचे सुपुत्र हरिपंडित विद्वान म्हणून मान्यता पावले. त्यांचा वेदान्त व धर्मशास्त्राचा गाढा व्यासंग होता. मराठीतील सुप्रसिद्ध कवी मुक्तेश्वर म्हणजे नाथांच्या मुलीचा मुलगा. रामदासी संप्रदायातील कवी माधवस्वामी म्हणजे नाथांच्या दुसऱ्या मुलीचा मुलगा. माधवस्वामींच्या मुलांनीही तंजावर प्रांती कवी म्हणून मान्यता मिळविली होती. समर्थ रामदास हे नाथांचे भाचे. यावरून आपल्याला असं म्हणता येते की, नाथांच्या घराण्याला लाभलेली पूर्वपरंपरा भक्तिमार्गी होती, तर उत्तरपरंपरा काव्यसंपन्न होती. फार थोड्यांच्या वाट्याला हे भाग्य येतं.

नाथांनी गुरूमुखातून ज्या वेदान्ताचा अभ्यास केला, तो अभ्यास समाजात रुजविण्याचा त्यांचा प्रयत्न कौतुकास्पद आहे. परमार्थ केवळ आत्मसुखासाठी नसून लोकोद्धारासाठी आहे, ही नाथांची श्रद्धा होती. ही श्रद्धा म्हणजे त्यांच्या कार्याची प्रेरणा आहे. नाथांना जनांमध्ये जनार्दनाचे दर्शन घडत असे. नाथांच्या ठायी अखिल प्राणिमात्राविषयी आत्यंतिक करुणा होती. नाथचरित्रात असे अनेक प्रसंग आहेत, की ज्यातून करुणा हा त्यांच्या व्यक्तित्त्वाचा स्थायीभाव असल्याचे समजते. नाथांनी वेश्येच्या घरी जाऊन तिचा सन्मान केला. घरात चोरीच्या उद्देशाने आलेल्या चोरांचा गौरव केला. तहानलेल्या गाढवाच्या मुखी गंगा घातली. ब्राह्मणांसाठी शिजविलेले अन्न महारांना वाढले. 'जे जे भेटे भूत। ते ते मानी भगवंत' या ज्ञानदेवांच्या तत्त्वज्ञानाचा संस्कार नाथांच्या जीवनावर झालेला दिसतो. नाथांच्या गुरूंनी नाथांना 'ज्ञानदेवी'तील विचार प्रत्यक्षात आणण्यासाठी संस्कारक्षम केले. नाथांच्या काळात समाजमन स्वधर्म व स्वकर्तव्य विसरून गेलं होतं. ज्ञानदेवांच्या शिकवणुकीमुळे समाजाने पाठ फिरविली होती. नाथांनी 'भागवत दशमस्कंधा'वरील भाष्याच्या निमित्ताने ज्ञानदेवांची शिकवण अत्यंत सुबोध व साधेपणाने समाजाला सांगितली. जगाच्या उद्धाराची तळमळ नाथांना असल्यामुळे त्यानुसार त्यांची कामगिरी होती. ज्ञानदेवांनी भक्तिमार्गाचा पाया घातला त्यावर किंकर वृत्तीने नामदेवांनी भक्तिमार्गाचा प्रसार, प्रचार करून इमारत बांधली. ही इमारत ज्ञानदेव–नामदेवांनंतर दोनशे वर्षांत मोडकळीला आली. त्याला 'भागवता'चा भरभक्कम खांब देऊन नाथांनी भोळ्याभाबड्या जनांना

भक्तीचा सोपा मार्ग दाखवून प्रपंच-परमार्थाचा समन्वय घालायला शिकविला.

नाथ हे पंडित होते; पण त्यांच्यतील पांडित्यावर संतत्वाची दाट छाया होती. त्यामुळे पांडित्याचे प्रदर्शन करण्यापेक्षा समाजमन प्रेमाने जिंकले पाहिजे, हा विचार त्यांच्या मनी होता. या विचारांनुसार त्यांच्या कार्याची दिशा होती. उपनिषद, ब्रह्मसूत्र, भगवद्गीता यातील तत्त्वज्ञानाचा नाथांचा सखोल अभ्यास होता. तत्त्वज्ञ समाजमनापर्यंत पोहोचविण्याच्या कार्यात नाथांनी ज्ञानदेवांचा आदर्श समोर ठेवला. हे ज्ञान सर्वसामान्यांपर्यंत पोहोचविण्यासाठी मराठी भाषेचा वापर करण्याचे जेव्हा नाथांनी ठरविलं तेव्हा त्यांनी भगवद्गीतेवरील जी मराठी टीका त्या 'ज्ञानेश्वरी'चा सूक्ष्म अभ्यास केला. ज्ञानेश्वरीचा आदर्श समोर ठेवून नाथांनी भागवताच्या एकादश स्कंधावर विस्तीर्ण टीका लिहिली. नाथांना 'ज्ञानाचा एका' म्हणतात. याची सार्थकता, योग्यता नाथांच्या कार्यात आहे हे नक्की. नाथांना ज्ञानेश्वरांचे भाष्यकार म्हणतात.

एकनाथ हे ज्ञानेश्वरीचे मराठीतील पहिले संशोधक आहेत. १३ व्या शतकात ज्ञानदेवांनी जे लोकोत्तर कार्य केलं, त्याचा समर्थ वारसा चालविण्याचं काम नाथांनी केलं. अर्थात नाथांच्या या कामिगिरीसाठी 'ज्ञाना-एका' यांच्यात दोनशे-अडीचशे वर्षांचा काळ जावा लागला हे सत्य आहे. नाथांनी ज्ञानदेवांच्या समाधीचे संशोधन करण्याचं वैशिष्ट्यपूर्ण कार्य केले. याबाबतीत नाथ स्वत:ला एका अभंगात म्हणतात-

श्रीज्ञानदेवे येऊनि स्वप्नात। सांगितली मात मजलागी।।
दिव्य तेज:पुंज मदनाचा पुतळा। परब्रह्म केवळ बोलतसे।
अजानवृक्षाची मुळी कंठासी लागली। येऊनि आळंदी काढी वेगी।।
ऐसे स्वप्न होता आलो अलंकापुरी। तव नदी माझारी देखिले द्वारा।
एका जनार्दनी पूर्वपुण्य फळले। श्रीगुरू भेटले ज्ञानेश्वर।।

यवनांच्या आक्रमणामुळे आळंदीमधील ज्ञानदेवांचे समाधिस्थान नामशेष झाले होते. नाथांनी त्याचा पुनरुद्धार केला. यासंबंधीची आख्यायिका लक्षणीय आहे. ज्ञानदेवांचे समाधिस्थान आपण पाहावे असा विचार नाथांच्या मनात आल्यामुळे नाथ इ.स. १५८३ मध्ये आळंदीला गेले; पण सर्वत्र रान माजले होते. अर्थातच नाथांना तो अजानवृक्ष दिसला नाही. ज्ञानदेवांची समाधी नेमकी कोठे आहे, तेही समजत नव्हते. समाधी दडून बसली होती. समाजमनाला

त्याचा विसर पडला होता. अजानवृक्षाची मुळी आपल्या कंठाला लागत असल्याचा दृष्टान्त ज्ञानेश्वरांनी एकनाथांना स्वप्नात दिला. त्यानुसार नाथांनी शोध घेऊन समाधीचा जीर्णोद्धार केला. अजान म्हणजे अज्ञान. ज्ञानदेवांचा गळा पिंपळाच्या मुळांनी आवळला गेला. यातला पिंपळ म्हणजे खराखुरा पिंपळाचा वृक्ष नसावा. अजानवृक्षाच्या मुळांनी ज्ञानदेवांची गळचेपी चालविली होती. म्हणजे ज्ञानदेव–नामदेव अवतार समाप्तीनंतर दोनशे वर्षांत ज्ञानदेवांची शिकवण अज्ञानाच्या दडपणाखाली सापडली होती. ती शिकवण मोकळी करून समाजातील अज्ञान नष्ट करण्याचं महत्त्वाचं काम नाथांनी केलं.

नाथांनी 'ज्ञानेश्वरी' ग्रंथाच्या प्रती जमा करून त्याची पाठशुद्धी केली आणि तो ग्रंथ त्यातील शिकवण अभ्यासकांसमोर आणून ठेवली. नाथ म्हणतात, 'ग्रंथ पूर्वीच अतिशुद्ध। परि पाठांतरी शुद्धाबुद्ध' नाथांनी ज्ञानेश्वरीत शिरलेले अपपाठ काढून त्यातील भाषेचेही अर्वाचीनीकरण करून ज्ञानेश्वरी समाजाच्या हाती दिली. भक्तिबोध करणारा हा ज्ञानदेवांचा अद्वितीय ग्रंथ नाथांनी लोकांच्या हाती सोपविला. ज्ञानदेवांबद्दल असलेली श्रद्धा ज्ञानेश्वरीतील ज्ञानदेवांच्या तत्त्वज्ञानाची उंची समजल्यामुळे ते तत्त्वज्ञान समाजोपयोगी आहे. ही जाणीव झाल्यामुळे नाथांनी हे अवघड काम सहजपणे पार पाडले. या कामगिरीत नाथांची कर्तबगारी दिसून येते.

नाथांच्या घरी भगवान श्रीकृष्ण १२ वर्षे राहिले, अशी दंतकथा सर्वश्रुत आहे. नाथांच्या घरचे पाणी भरणे, कपडे धुणे, गंध उगाळणे इ. कामे या भगवंताने म्हणजे श्रीखंड्याने केली. नाथांनी सामाजिक छळाकडे ज्या शांत चित्ताने दुर्लक्ष केले त्याच सहजपणे ईश्वरी सहवासाचा गर्व होऊ दिला नाही.

नाथांची साहित्यसंपदा सुमारे पाऊण लाखाच्या घरात आहे. त्यातील भागवत (१८, ७७४), भावार्थ रामायण (सुमारे ४०,००० त्यापैकी नाथांच्या ओव्या २५,०००), रुक्मिणीस्वयंवर (१७१२) याशिवाय स्फुट प्रकरणे, पदे, अभंग, मधुरा भक्तिपर लेखन, रूपकात्मक लेखन. नाथांच्या भारुडांची संख्या ३५० च्या घरात आहे. चरित्रे, स्फुट कथा, काव्ये, आरत्या इ. स्फुट रचना आहेत. नाथांच्या साहित्याचा परिचय करून घेतल्याशिवाय नाथ समजणे शक्य नाही;

वारकरी संप्रदायाच्या त्रयीत नाथांच्या 'भागवत' ग्रंथाचा समावेश केला जातो. यातच नाथांची थोरवी आपल्याला समजते. या थोरवीला जननिंदेचा छळ सहन करावा लागला. 'श्रीमद्‌भगवतां'सारखा वेदान्तपर संस्कृत ग्रंथ नाथांनी

प्राकृतात लिहिल्यामुळे काशीच्या विद्वान ब्राह्मणांचा संताप झाला. नाथांचे पुत्र हरिपंडित संस्कृत भाषेचे पुरस्कर्ते होते. सर्वसामान्यांसाठी अध्यात्मनिरुपण प्राकृतात करण्याची नाथांची भूमिका त्यांच्या पुत्राला निंदनीय वाटली. म्हणून हरिपंडित आपल्या मुलाबाळांसह काशीला निघून गेले. नाथांनी या सर्व टीकाकारांच्या आक्षेपांचे निरसन केल्यामुळे विद्वानांनी नाथभागवताचे कौतुक केले. पालखीतून काशीत मिरवणूक काढण्याचे भाग्य नाथांच्या या ग्रंथाला मिळाले. ग्रंथलेखन केवळ संस्कृतातूनच करावे, हा तत्कालीन रूढ संकेत नाथांनी पाळला नाही. नाथांनी सर्वसामान्यांसाठी प्राकृतमधून लेखन केले. समाजाला जी भाषा समजते, त्या देशी भाषेतून आपली शिकवण समाजमनापर्यंत पोहोचविण्याचं महत्त्वाचे काम नाथांनी केलं. लोकभाषेचा गौरव करून तिला प्रतिष्ठा मिळवून देण्याचं फार मोठं कार्य नाथांनी केलं. ज्ञानदेवांनी मऱ्हाटीच्या नगरी ब्रह्मविद्येचा सुकाळ केला, त्या ज्ञानदेवांचे मराठी भाषेवर नितांत प्रेम होते. 'संस्कृतातील अध्यात्म नदीच्या गहन अशा तीरावर मऱ्हाठीचे शब्दसोपान रचून मी सर्वांची सोय करून ठेवली,' असं ज्ञानेश्वर म्हणतात.

'माझा मऱ्हाठाचि बोल कौतुके। परि अमृतातेहि पैजा जिंके। ऐसी अक्षरे रसिके। मेळवीन ।।

हे बोल ज्ञानदेवांनी खरे करून दाखविले. मराठीचा नितांत अभिमान असणाऱ्या नाथांचे फारसीवरही प्रभुत्व होते. स्वभाषेचा अभिमान धरताना नाथ फारसीविरुद्ध झगडत नाहीत. संस्कृतप्रेमी पंडितांनी मराठीला केलेला विरोध नाथांना मान्य नव्हता. त्यामुळे नाथांनी मराठीसारख्या जिवंत भाषेचा कैवार घेतला. नाथांचे पैठण म्हणजे संस्कृतीचे माहेरघर. या माहेरघरी राहून भागवतावर मराठी टीका रचताना नाथांना विद्वानांचा विरोध सहन करावा लागला; पण नाथ हे बहुजन समाजासाठी लिहिणारे लोकवाङ्मयकार होते. सांस्कृतिकांना न दुखावता नाथांना मराठीचा जेवढा पुरस्कार करता आला तेवढा नाथांनी केला. 'संस्कृताणी देवें केली। प्राकृत काय चोरापासोनि आली?' असा प्रश्न नाथांनी विरोधकांना केला. अमृताहून गोड व समजायला सोपी असणाऱ्या मराठीला विरोध का करायचा? ज्ञानदेवांनी मराठीचा महिमा गायिला, तर नाथांनी जणू मराठीचे वकीलपत्र हाती घेतले. शांतिब्रह्माचा पुतळा असलेल्या नाथांनी काशीक्षेत्री – म्हणजे संस्कृतविद्येच्या आगारात मराठी भाषेचा जयजयकार केला. खरंच नाथ म्हणजे मराठीचे 'नाथ' झाले.

भारतात वेदकाळापासून कीर्तनपरंपरा आहे. नारद हे हरिकीर्तन महामंत्राचे ऋषी मानले जातात. संकीर्तन हे भगवंताला अत्यंत प्रिय आहे. नाथांनी पुराण व कीर्तन या दोन प्रभावी साधनांचा लोकोद्धाराच्या कार्यात उपयोग केला. लोकांना उपदेश करून त्यांना सन्मार्गाला लावण्याच्या ध्येयात कार्यात नाथांना कीर्तनाचा उपयोग झाला.

'संतसंगे अंतरंगे नाम बोलावे। कीर्तनरंगी देवासन्निध सुखे डोलावे।।
सगुणचरित्रे परमपवित्रे सादर वर्णावी। निराभिमाने सज्जनवृंदे आधी वंदावी।।
भक्तिज्ञानरहित गोष्टी इतरांना कराव्या। मनोभावे वैराग्याच्या युक्ती जोडाव्या।।
जेणे हृदयी सत्वर मूर्ती ठसावे हरिची। ऐशी कीर्तन मर्यादा आहे या संत घराची।।
श्रवण मननें अद्वय भजने वाजवी कर टाळी। एका जनार्दनी मुक्ती झाली तत्काळी।।

नाथांनी अनेक ग्रंथांत कीर्तनाचे महत्त्व विशद केले आहे. कीर्तनात हरिनामाचा गजर करून ते श्रोत्यांची मने जिंकून घ्यायचे. लोकशिक्षणाचे महत्त्वाचे कार्य नाथांनी कीर्तनाच्या माध्यमातून केले. लोकांच्या अपेक्षेनुसार, त्यांच्या दैनंदिन जीवनातील प्रश्नांनुसार नाथ विषयांचे निरूपण करत असत. अत्यंत रसाळ आणि सोप्या शब्दातील नाथांचे निरूपण श्रोत्यांना जवळचे वाटायचे. नाथांच्या पुराण-कीर्तनात श्रोते मंत्रमुग्ध व्हायचे, स्वत:ला विसरायचे आणि त्यांना देव भेटायचा. कीर्तनाचा महिमा सांगताना नाथ म्हणतात...

कीर्तन स्वधर्म वाढे। कीर्तने स्वधर्म जोडे। कीर्तने परब्रह्म आतुंडे। मुक्ती कीर्तनापुढे लाजोनि जाये।। भावे करिता हरिकीर्तन। तेणे संतोषे जनार्दन। उभयता पडे आलिंगन। मिठी परतोन सुटेना।। तेव्हा सबाह्यभ्यंतरी। देव प्रगटे चराचरी। दुजे देखावया संसारी। सर्वथा उरी उरेना।। एवं योगयोगादि तपसाधने। पोरटी केली हरिकीर्तने। कलियुगी नामस्मरणे। जड उद्धरणे कीर्तनी।।

नाथांचा कालखंड मुसलमानी सत्तेचा होता. राजकारणाबद्दल उघडपणे बोलणे शक्य नव्हते. अशा प्रतिकूल वातावरणात नाथांना स्वधर्माचे रक्षण करावयाचे होते. धर्मस्थापनेसाठी 'सततं कीर्तयन्तो मा यतंतश्च दृढव्रत:।' या उक्तीनुसार नाथांनी पुराण-कीर्तनाच्या माध्यमातून आपलं ते कार्य नित्य चालू ठेवले. नाथांजवळ काव्यलेखन, गायन, वक्तृत्व या कला असल्यामुळे सहज

कीर्तनाकडे वळले आहेत. कीर्तनभक्ती हा देवाजवळ जाण्याचा सहजसुलभ असा खात्रीचा मार्ग आहे, ही नाथांची श्रद्धा होती.

'मनें करावें हरीचे ध्यान। श्रवण करावे कीर्तीश्रवण।
जिव्हें करावें नामस्मरण। हरिकीर्तन अहर्निशी।।'
स्त्रीशूद्र अंत्यजन। उद्धरण हरिनामे।
कीर्तने स्वधर्म वाढे। कीर्तने स्वधर्म जोडे।
कीर्तने परब्रह्म मातुंड। मुक्ती कीर्तन आतुडे। चालोनि जाय।।

कीर्तनकार व प्रवचनकार कसा असावा, याचा आदर्श नाथांनी स्वतःच्या आचरणावरून समाजापुढे प्रत्यक्ष ठेवला. कीर्तन-प्रवचनात कीर्तनकार जो उपदेश करतो तो करण्याचा त्याचा अधिकार आहे का, ही गोष्ट त्याच्या प्रत्यक्ष जीवनशैलीतून समजते. 'आधी केले मग सांगितले' हा बाणा कीर्तनकाराचा असणं आवश्यक आहे. कीर्तनकाराच्या अमोघ, रसाळ वाणीला शुद्ध आचरणाची जोड हवी. वाणीत तळमळ हवी. श्रोतृवृंद भक्तिमार्गाला लावण्याच्या उद्देशाने कीर्तन करावे. धनाची अपेक्षा मुळीच नसावी. 'मोले कीर्तन करू नये' या गोष्टींचा विसर पडू नये.

भक्तिज्ञान वैराग्य मुक्त। व्याख्यानी रस अद्भुत।
नित्य नूतन गोडी उपजत। प्रेम ओसंडत श्रवणार्थिया।।
लांचावले सुख चित्र। नित्य आनंद भोगीत।
उत्कर्ष वाढला भक्तिपंथ। नामजागर होत घरोघरी।।

कथाकीर्तनसेवेबरोबरीने नाथांनी साहित्यसेवा केली. नाथांच्या साहित्यातून त्यांची लोककल्याणाची तळमळ प्रतिबिंबित झालेली दिसते. नाथांच्या साहित्यात विविधता आहे. नाथ भागवतासारखा भाष्यात्मक ग्रंथ, रुक्मिणीस्वयंवर, भावार्थरामायण इ. कथात्मक काव्य, हस्तामलक हे प्रकरणात्मक काव्य, अभंग, भारुड इ. स्फुट काव्य यांसारखी वैविध्यपूर्ण काव्यरचना नाथांच्या नावावर आहे. यावरून नाथांना समर्थ संतकवी म्हणता येईल.

नाथांनी अनन्यभक्तीचा पुरस्कार व प्रचार करण्यासाठी 'एकनाथी भागवता'चा प्रपंच केला. भागवताच्या एकादशा स्कंधाच्या १३६७ श्लोकांवर नाथांनी १८७७४ ओव्यांचा साज चढविला. जनसामान्यांना भक्तिविषय उलगडून दाखविण्यासाठी नाथांनी काव्यसेवा केली. नाथांनी भक्तिसेवेबरोबरच मायबोलीचा

गौरव करून तिचीही सेवा केली. 'माझी मराठी चोखटी। परब्रह्मे फळली गाठी।' हा गौरव लक्षणीय आहे. भागवतधर्म स्वयंपूर्ण आहे. भक्ती ही त्याची आत्मज्योत आहे. ईश्वराला अनन्यभावाने शरण गेले, की त्याच्या प्रेमाची प्रचिती येते, ही भागवतधर्मीयांची शिकवण आहे. नाथांनी समाजमनाला राजमार्ग दाखविला.

नाथ भागवताप्रमाणे नाथांचा दुसरा प्रबंधग्रंथ म्हणजे 'भावार्थ रामायण.' आयुष्याच्या उत्तरार्धात या ग्रंथाची निर्मिती झाली. अवघ्या रामचरित्रात नाथ रंगून गेले. 'भावार्थ रामायणांत नाथांनी श्रीरामाला केवळ अवतारी पुरुष न मानता मर्यादापुरुषोत्तमाच्या रूपात पाहिले आहे. त्यामुळे नाथांचा राम जनसामान्यांशी जवळीक साधतो. 'भावार्थ रामायणा'तून नाथांनी विविध रूपांत, मानवी भावभावनांचे नाट्य उभे करून स्वकालीन अवनत समाजाला जागरूक करून, दिलासा देण्याचे महान कार्य केले. नाथांचे 'भागवत' व 'भावार्थ रामायण' हे दोन्ही ग्रंथ केवळ अध्यात्माच्या पातळीवर राहत नाहीत, तर ते सर्वसामान्य माणसाच्या अंतरंगाला हात घालतात.

नाथांचा 'रुक्मिणी स्वयंवर' हा ग्रंथ म्हणजे भक्तिज्ञानाचा सुंदर उन्मेष. सर्वगुणसंपन्न कृष्णसखा नवरदेव आणि आदिमाया रुक्मिणीसारखी त्रैलोक्यसुंदरी वधू यांच्या विवाहप्रसंगाचे वर्णन करताना नाथांच्या प्रतिभेला बहर आला आहे. काव्यकौशल्य व भाषाप्रभुत्व याबाबतीत नाथांचे असलेले श्रेष्ठपण या ग्रंथात पानोपानी दिसते.

'चतु:श्लोकी भागवत' हा ग्रंथ गुरू जनार्दनांच्या सहवासात लिहिला. १०३६ ओव्यांच्या या ग्रंथाने नाथांनी साहित्याच्या दालनात पहिले पाऊल टाकले. संख्येच्या दृष्टीने हा ग्रंथ लहान असला तरी त्यांची उंची महान आहे. नाथांच्या स्फुट कथा-काव्यांनी मराठी कथा-काव्याचे दालन समृद्ध केले. नाथांचा मूळ पिंड कीर्तनकाराचा असल्यामुळे नाथांनी कीर्तनानुकूल अशा अनेक कथांवर काव्याचा साज चढविला. नाथांनी चरित्रात्मक लेखन केले. ध्रुव, प्रल्हाद, सुदाम यांसारख्या भक्तांची चरित्रे लिहून भक्तीचा आदर्श समाजासमोर ठेवला. नाथांनी संत नामदेव, गोरोबा, चोखोबा, सावतामाळी या संतांची चरित्रे लिहिली. संतस्तुतीपर रचनेत नाथांनी ज्ञानदेवादी चारही भावंडांची स्तुतिपर चरित्रे लिहिली. नाथांच्या मधुर भक्तीपर रचनेत गवळणी व विराण्या महत्त्वाच्या आहेत. नाथांच्या गवळणीत वरकरणी शृंगार दिसला तरी हा शृंगार अध्यात्माच्या कोंदणासारखा

आहे. नाथांनी आपल्या विराण्यातून गवळणींच्या मनोव्यथांची परिणामकारक भावचित्रे रेखाटली आहेत. नाथांनी या गवळणीच्या हृदयातील केवळ विरहव्यथा टिपली नाही, तर तिच्या माध्यमातून स्वत:च्या भक्ती-मुक्तीच्या कल्पना स्पष्ट केल्या आहेत.

'भारुड' या काव्यप्रकाराचे खरे सामर्थ्य नाथांनी ओळखले. प्राचीन मराठी साहित्यात नाथांच्या भारुडाचे स्वत:चे असे एक असाधारण स्थान आहे. नाथ 'भारुड' या काव्यप्रकाराशी कमालीचे एकरूप झाले, की नाथ म्हणजे भारुड व भारुड म्हणजे नाथ असे समीकरण होऊन गेले. धर्मजागरण व लोकरंजनासाठी नाथांनी भारुडांची निर्मिती केली. नाथांच्या भारुडांच्या लोकप्रियतेचे कारण भारुडांच्या विषयात आहे. नाथांच्या भारुडांच्या विषयात जनमानसाचं लक्ष वेधून घेण्याचं सामर्थ्य आहे. तत्कालीन प्रचलित लोकरूढी, लोककल्पनांचा उपयोग नाथांनी केला. शंखीण-डंखीण, भूत स्वप्न यांसारखे विषय नाथांच्या भारुडात आले. तत्कालीन उपेक्षितांना नाथांनी आपल्या भारुडात मानाचे स्थान दिले आहे. प्रापंचिकाच्या जीवनातील महत्त्वपूर्ण चांगल्या-वाईट घटनांना नाथांनी भारुडाचे विषय बनविले. 'लग्न, 'सासुरवास', 'पाळणा', 'संसार' हे नाथांच्या भारुडांचे विषय झाले. तत्कालीन राजकीय जीवनातील धकाधकी भारुडात प्रतिबिंबित झाली. समाजमनावर देवादेवांची घट्ट पकड असल्याचे नाथांनी जाणल्यामुळे अंबा, मरीआई, सटवाई, महालक्ष्मी हे भारुडविषय झाले. पशुपक्षी, प्राणी यांना नाथांच्या भारुडात स्थान मिळाले. पाखरू, पिंगळा, पोपट, टिटवी, सर्प, विंचू, गाय, बैल, कुत्रे इत्यादी विषय नाथांना मिळाले. पशुपक्ष्यांच्या सृष्टीने मानवाला केलेला बोध नाथांना लक्षणीय वाटला. अशा भारुडातील गमतीचा विरोधाभास वैशिष्ट्यपूर्ण आहे.

हिंदी संतकवींच्या वाङ्मयाची नाथांना ओळख असल्यामुळे नाथांनी हिंदीत विपुल रचना केली. नाथांनी हिंदी भाषा आत्मसात करून त्यात रचना केली. भागवतधर्माचा झेंडा महाराष्ट्राबाहेर फडकविण्याचे काम नाथांच्या हिंदी रचनांनी केले.

विचार व आचार यांचा उत्कृष्ट समन्वय नाथांच्या व्यक्तिमत्त्वात होता. समाजातील विषमता नष्ट व्हावी आणि परस्परांत स्नेहभाव निर्माण व्हावा यासाठी नाथ प्रयत्नशील होते. या दृष्टीने नाथांचे सांस्कृतिक कार्य कौतुकास्पद वाटते.

कृष्णाष्टमीचा उत्सव, पैठणहून पंढरपूर पालखी सुरू करणे, ज्ञानेश्वर समाधीचा शोध यांसारखी नाथांची कामं सांस्कृतिकदृष्ट्या उल्लेखनीय आहेत. नाथांना सामान्यजनांच्या उद्धाराचा ध्यास होता म्हणून त्यांनी समाजजीवन, समाजमन पूर्णपणे ओळखून घेतलं. त्या समाजमनाला हाक मारली. माणसातली माणुसकी जागी करण्यासाठी नाथांचं व्यक्तिमत्त्व, त्यांचं कार्य व त्यांचं साहित्य उपयोगी पडलं. दैनंदिन जीवन जगताना सुख-दु:खमय घटनांचा अर्थ निरामय आनंदात कसा शोधायचा हे नाथांनी समाजमनाला सांगितलं. उत्तम प्रपंच व उत्कट परमार्थ यांचा सुंदर समन्वय नाथांच्या चरित्रात दिसतो. याचं प्रतिबिंब त्याच्या आचार-विचार साहित्यात उमटलं आहे.

गृहाश्रमु न सांडिता। कर्मरेखा नोलांडिता।
निजव्यापारी वर्तता। आत्मबोधु सर्वथा न मैळे।।

प्रपंचात राहून प्रपंचातली कर्तव्य, जबाबदारी प्रेमाने पार पाडून, आपली अकर्तेपणाची भूमिका कशी टिकवावी, याचा आदर्श नाथांनी स्वत:च्या उदाहरणावरून समाजापुढे ठेवला. अनासक्त वृत्तीने प्रपंच करावा व ममत्वाने परमार्थ करावा हा नाथांचा संदेश दिशादर्शक आहे. नाथांचं असामान्यपण यात आहे, की सामान्य माणसाप्रमाणे गृहस्थाश्रमात राहून स्वत:च्या जीवनातील क्षण न् क्षण सामान्यांच्या उद्धारासाठी त्यांनी वेचला. सामान्य माणसाला नैतिक व आध्यात्मिक दृष्टी दिली. मनोरंजनातून प्रबोधन ही त्यांची शैली असल्यामुळे त्यांची भारुडं समाजाला हसवितात; पण दुसऱ्याच क्षणी स्वत:त डोकवायला लावतात. आपल्यातील दोषांची जाणीव होऊन, ते घालविण्यासाठी आपण प्रयत्नशील होतो. ते नाथांच्या भारुडाचं वैशिष्ट्य आहे.

एक थोर प्रापंचिक संत म्हणून नाथांची प्रतिमा महाराष्ट्राच्या मनात ठसली. 'प्रपंचात परमार्थ' या तत्त्वाला नाथांनी संतपरंपरेत प्रतिष्ठा मिळवून दिली. नाथांच्या गृहस्थाश्रमात त्याच्या पत्नीचे, गिरिजाबाईंचे स्थान महत्त्वाचे आहे. स्वत:च्या पत्नीचं स्थान मनोमनी जाणून असलेले नाथ, त्या काळाच्या महिम्यानुसार शब्दातून व्यक्त झाले नसले तरी त्यांच्या अंतरंगात पत्नीला मानाचे स्थान आहे. पतीच्या जीवनात त्याच्या धर्माचरणाला अनुकूल वाटणारी स्त्री नाथांना गौरवाला योग्य वाटते.

स्त्री-पुरुषांची चित्तवृत्ती। अनुकूल वर्ते धर्मप्रवृत्ती।।
तरीच परलोक साधिती। इतरा प्राप्ती ते नाही।।

पतीच्या जीवनात पत्नी नित्य अनुकूल असते. हा आदर्श नाथ - गिरिजाबाईंच्या सहजीवनातून होतो. आपल्या गृहस्थधर्मात गिरिजाबाईंचा, पतिव्रतेचा वाटा फार मोठा आहे. हे नाथांना मान्य होतं. नाथांच्या आदर्श, यशस्वी, गृहस्थाश्रमात गिरिजाबाईंची प्रत्यक्ष-अप्रत्यक्ष साथ महत्त्वाची आहे. प्रपंच व परमार्थ यातील विरोध काढून त्याचा सहजपणे समन्वय घडून आणणारे नाथ महाराष्ट्राचा आदर्श आहेत. आपला गृहस्थाश्रम आदर्श करून त्यात मनाने संन्यस्त राहणारे एकनाथ अलौकिक वाटतात. प्रवृत्ती-निवृत्ती हे एकाच मनाचे संमोहन असल्यामुळे त्याचा सुंदर समन्वय साधण्यात जीवनाचे यश अवलंबून आहे, हे नाथांनी आपल्या उदाहरणाने सिद्ध करून दाखविले. नाथांच्या आयुष्यातील प्रत्येक क्षण नाथांनी परोपकारात व भूतदयेत घालविला. खरंच नाथांचं चरित्र हाच नाथांचा योग्य संदेश.

स्वत:च्या शुद्ध, सात्त्विक, शांत आचरणाने समोरच्या व्यक्तीत सहजी परिवर्तन घडवून आणण्याचे सामर्थ्य नाथांमध्ये होतं, याची साक्ष पटवून देणारे काही प्रसंग नाथचरित्रात आहेत. नाथांच्या अंगावर थुंकणारा यवन नाथप्रेमींच्या परिचयाचा आहे. नाथांची शांती व सहनशीलता याचा संस्कार या कथेतून होतो.

अपकाऱ्यांवरी जो कोपला। तो तात्काळ कोपे नागविला।
उपकाऱ्या जेथे उपकारू केला। तोचि दादुला परमार्थी।।
परमार्थाची मुख्यत्वे स्थिती। पाहिजे गा परमशांती।
ते शांतीची उत्कट गती। दावी लोकांप्रती आचरोन।।

नाथांनी आपल्या क्षमावृत्तीने यवनाला खजील केले. त्याच्यात परिवर्तन झाले. तो नाथांच्या पाया पडला.

नाथांच्या जीवनात त्यांना झालेल्या साक्षात्काराचं महत्त्व अवर्णनीय आहे. गुरूकृपेनंतर नाथांनी दत्ताची भेट अनुभवली. 'दत्त दत्त ऐसे लागले ध्यान.. एका जनार्दनी दत्त हा जाण'... या भावावस्थेत नाथ जाऊन पोहोचले. दत्त जनार्दनस्वामी एकरूप आहेत, हा त्यांना झालेला साक्षात्कार. ज्ञानदेवांनी स्वप्नात येऊन दृष्टान्त दिला, हा साक्षात्कारही महत्त्वाचा आहे. 'श्रीगुरू भेटले ज्ञानेश्वर' या आनंदसोहळ्यात आपण धन्य झालो हा नाथांचा भाव सहज आहे. श्रीप्रभूचंद्रांनी

नाथांना स्वत:चे चरित्र लिहिण्याची प्रेरणा दिली. रामकथा लिहिताना श्रींनी नाथांना 'जागृती स्वप्नी' अधूनमधून दर्शन दिलं. नाथ म्हणतात, ''कर्ता श्रीराम आपण। माझे मी पण तो झाला।'

नाथांची भूतदया सर्वश्रुत आहे. वैशाखाच्या उन्हात नदीवर स्नान करून परतीच्या मार्गवर वाळवंटात एक पोर रडताना नाथांनी बघितले आणि कडेवर घेऊन त्यांच्या आईकडे सुखरूप पोहोचविले. या कृत्याने नाथांनी पुण्य जोडले. हे पुण्य नाथांनी एका कुष्ठरोग्याला देऊन त्याचे कुष्ठ दूर केले. नाथांची भूतदया प्राणिमात्रांकडेही धाव घेणारी होती. रामेश्वराला अर्पण करण्यासाठी नेलेल्या गंगेच्या कावडीतले पाणी मृतप्राय गाढवाला पाजून नाथांनी त्याचा जीव वाचविला.

नाथांच्या आयुष्याच्या उत्तरार्धात विचारशैलीमध्ये काही महत्त्वाचे बदल झालेले दिसतात. 'बया दार उघड' व 'बया दार लाव' ही आदिशक्ती महालक्ष्मीला उद्देशून केलेली दोन स्तोत्रे महत्त्वाची आहेत. 'बया दार लाव' या कवनात नाथांच्या अंत:करणाची तळमळ व रोख बोलका झाला आहे. 'म्लेंच्छे गांजिले देवभक्ता' ही तक्रार पहिल्यांदाच व्यक्त झालेली दिसते. नाथांची मानसिकता समजून घेण्यासाठी 'दार लाव' याचा अर्थ समजून घेतला की नाथांच्या मनातील विषाद, क्रोध, रुसवा पटतो. म्लेच्छांनी देवभक्तांची गांजवणूक केली, तीर्थे भ्रष्ट केली – ही दैन्यावस्था अंबे तुला बघवेना म्हणून विटेवर मौन धारण करून तू स्वस्थ बसलीस का?... नाथांनी विठ्ठलदेवतेला विचारलेला हा प्रश्न आर्त वाटतो. यातून तत्कालीन परिस्थितीवर प्रकाश पडतो.

नाथांच्या मनाचे दार उघडल्यामुळे 'बया दार उघड' हा आवाज उठला आहे का? आयुष्यभर कृष्णाची उपासना करणारे नाथ रामभक्तीकडे वळले. अपकाऱ्यांवर उपकार करणारे नाथ, शांतीचे तत्त्वज्ञान बोलणारे नाथ, शत्रू निर्दाळपणाची मोहीम उघडतात. 'भावार्थ रामायण' या अखेरच्या ग्रंथात नाथांच्या वीरवृत्तीचे दर्शन घडते.

दक्षिणकाशी असलेल्या पैठणनगरीचे श्रीनाथमहाराज हे भूषण आहेत. महाराष्ट्रातील संतपरंपरेत एकनाथांचे स्थान अद्वितीय आहे. अशा नाथांच्या जीवनात फाल्गुन वद्य षष्ठी हा दिवस अविस्मरणीय आहे. या एकाच दिवशी नाथजीवनात अनेक महत्त्वाच्या घटना घडल्या. जनार्दनस्वामींचा जन्म, जनार्दनस्वामींना दत्ताचा अनुग्रह, नाथांची व जनार्दनस्वामींची पहिली भेट, जनार्दनस्वामींची समाधी व

नाथांचे महाप्रयाण या सर्व घटना फाल्गुन वद्य षष्ठी या दिवशी घडल्या. फाल्गुन वद्य षष्ठीला महाराष्ट्राच्या कानाकोपऱ्यातून असंख्य भाविक 'जनार्दन एकनाथ' या महामानवाच्या दर्शनासाठी पैठण क्षेत्री येतात, पुण्य जोडतात.

आयुष्याच्या उत्तरार्धात नाथांनी 'रामकथा' लिहिण्याचा श्रीगणेशा केला. त्या रामकथेचे नाव 'भावार्थ रामायण.' तत्कालीन परिस्थितीला अनुसरून भाष्य करण्याचे काम नाथांनी या ग्रंथात केले आहे. अन्यायाविरुद्ध जागृतीचा लढा देण्याचा संदेश नाथांनी रामकथेच्या माध्यमातून समाजाला दिला. रावणाने बंदिवासात घातलेल्या देवांची सुटका करणे हा रामावताराचा एकमेव हेतू नाथांच्या मनात होता. देवांचे बंधविमोचन करून रामराज्याची गुढी उभारावी. स्वधर्माला आलेली ग्लानी दूर करावी, दुष्टांचे निर्दालन करावे, रावणाला निपटून रामराज्य स्थापावे हे नाथांचं स्वप्न होतं. नजीकच्या भविष्यात शिव-समर्थ एक होऊन ज्या स्वराज्याची संस्थापना झाली, त्यांची नांदी नाथांनी आपल्या 'भावार्थ रामायणा'त केली असावी. त्यांना अभिप्रेत असलेला रामकथेचा उदात्त हेतू म्हणजे नाथांच्या मनाची सामाजिक साक्ष आहे. 'अधर्माची नाही वार्ता' असे रामराज्य नाथांना हवे होते. 'प्रपंची परमार्थ सावधान' करणे हा नाथांच्या रामकथेचा हेतू होता. या दृष्टीने विचार केला तर असं म्हणता येतं, की नाथांचं 'भावार्थ रामायण' म्हणजे तत्कालीन महाराष्ट्राचा प्रापंचिक आणि पारमार्थिक उषःकाल होता.

नाथांच्या लेखणीप्रमाणेच नाथांची वाणी अत्यंत प्रभावी होती. त्यामुळे भक्तीचा प्रसार करण्यासाठी नाथांनी कीर्तन-प्रवचन या प्रभावी माध्यमांचा पुरेपूर उपयोग करून घेतला. त्यांचं घर म्हणजे जणू हरिकीर्तनाची पाणपोई होती. 'जनी जनार्दन' ही नाथांची दृढ श्रद्धा व त्यानुसार आयुष्यभर आचरण. त्यामुळे विश्वात्मक होण्याचं भाग्य नाथांना लाभलं. नाथांचं मन रामरूप होऊन गेलेले. नाथ गुरुकृपेमुळे कृतकृत्य, तृप्त होते. त्यांची जीवितयात्रा सुखासमाधानाची होती. परोपकार व गुरुचिंतन यात त्यांचा प्रत्येक क्षण तृप्ततेत गेला. देहाने व मनाने कृतकृत्य होऊन इ.स. १५९९ मध्ये फाल्गुन वद्य षष्ठीला नाथांनी पैठणला देह ठेवला. वाळवंटी कीर्तन करत असतानाच त्यांनी जलसमाधी घेतली. वास्तविक, देहान्तसमयी नाथांचे 'भावार्थ रामायणा'चे काम सुरू होते. ते काम गावबा पूर्ण करेल, ही खात्री पटल्यानंतर आपल्या गुरूच्या तिथीची वेळ साधून नाथांनी देह ठेवला.

नाथांच्या या कृतीत नक्कीच काहीतरी संकेत असणार... आपल्या सद्‌गुरूंवर नितांत भक्ती असलेल्या नाथांनी नेमकी ती अमृतवेळ साधण्याइतकं भाग्य, पुण्याच्या राशी नाथांनी मिळविल्या यात शंका नाही! नाथांनी केवळ महाराष्ट्रालाच नाही तर प्रत्यक्ष काळाला सनाथ केलं, यातच त्यांची अद्वितीयता लक्षात येते. नाथांचा प्रपंचपरमार्थ योग्य भविष्यात समर्थ रामदासांच्या कर्मयोगात परिणत झाला, हे महाराष्ट्राचं भाग्य आहे. भागवतधर्माचं खतपाणी घालून या भागवोत्तमूदास असलेल्या नाथांनी लावलेलं देशप्रेमाचं रोपटं समर्थ रामदासांच्या हाती फोफावलं. या पार्श्वभूमीवर शिवरायाला महाराष्ट्राचे आनंदभुवन करता येणे सहज शक्य झाले. धर्मसंस्थापनेचा संस्कार ज्ञानदेवांकडून घेऊन तो समर्थ रामदासांच्या बळकट हाती देण्याचे पवित्र व हिमालयाच्या उंचीचं काम नाथांनी त्यांच्या सहजशैलीत केलं. खरंच नाथांचे आदर्श जीवन हाच त्यांचा दिव्य संदेश आहे.

❐

देह झालासे पांडुरंग

रंगात रंगला पांडुरंग
देह झालासे पांडुरंग।।

घेता मुखी नाम हरीचे
तुका विठू होऊनि नाचे

देव भेटण्या तुका गेला
तुका अवघा पांडुरंग झाला।

देहू गावचा हा वाणी
लुटी अमृताच्या गोणी।

तुकयाची गाथा हाती घेऊनि
इंद्रायणी काठी उभा जगजेठी

मन झाले प्रसन्न वाजे टाळ मृदुंग
हरि कीर्तनी भीमा इंद्रायणी संगम।

अणुरणीया थोकडा
तुका आकाशाएवढा।

झाला पांडुरंग उरला उपकाराएवढा
नित्य नवा दीस जागृतीचा
गोड जाहला दीस शेवटचा।

रंगात रंगला पांडुरंग
देह झालासे पांडुरंग।

तुकोबारायांची अभंगवाणी हे महाराष्ट्राचं वैचारिक धन. लोकशिक्षकाची भूमिका बजावणारे तुकोबा मराठी मनाचा कणा ताठ करतात. आदर्श जीवनासाठी तुकोबा आजही हवेहवेसे वाटतात. राष्ट्रीय संत तुकोबांचा विसर न पडावा ही प्रभूचरणी प्रार्थना.

अवघा गोड अवघा गोड।
तुका माझा पाचवा वेद...।।

'आम्ही प्रेमसुखाची लेकुरे', असं अत्यानंदानं गात गात 'आम्ही वैकुंठवासी आलो याच कारणासाठी' असं अभिमानानं सांगणाऱ्या तुकोबांनी जगाचा उद्धार केला. 'पसायदान' म्हणजे ज्ञानेश्वरीचा कळस अशी भाविकांची श्रद्धा आहे. तुकोबांची गाथा हा वारकरी तत्त्वज्ञानाचा कळस. 'ओस झाल्या दिशा मज भिंगुळवाणे' असं म्हणून विठूचा धावा करणारे तुकोबा 'उजळल्या दिशा मज प्रकाश भेटे।' असं कृतकृत्य मनाने सांगू लागले. याचं रहस्य त्यांच्या अभंगात सापडतं. त्यांच्या जीवनाचं थेट प्रतिबिंब त्यांच्या अभंगात दिसतं. त्यामुळे त्यांची 'अभंगगाथा' म्हणजेच त्यांची चित्रकहाणी.

लक्षावधी भाविकांच्या हृदयात विरघळून गेलेले तुकोबा आपल्याला संदेश देतात.

शांती परते नाही सुख। पर अवघेचि दुःख।।
म्हणुनिया शांती धरा। उतराल पैलतीरा।।

तुकोबांचा शांतीचा हा संदेश आजच्या भोगवादी जीवनातील सुखाचा मंत्र आहे. 'नामसंकीर्तन साधन पै सोपे।' असा संस्कार करणारे तुकोबा प्रेमानं आपल्याशी हितगुज करताना म्हणतात, 'तुमच्या दारी कुणी पाहुणा आला तर प्रेमानं विठूचं नाम तुमच्या मुखी येऊ द्या. नित्य त्याचं स्मरण करा. जीवन आनंदी होईल. भूवरल्या वैकुंठी-पंढरपुरी जा. विठूची प्रेमानं भक्ती करा. आयुष्याचं

सोनं होईल,' असं सांगणारे तुकोबा प्रत्येक भाविकाला आपला 'सोयरे' वाटतात.

ज्ञानियांचा राजा गुरू महाराव।
म्हणती ज्ञानदेव तुम्हा ऐसे।।
मज पामरासी काय थोरपण।
पायीची वहाण पायी बरी।।

ज्ञानदेवांबद्दल आत्यंतिक आदरभाव असलेल्या देहूच्या या वाण्याला वारकऱ्यांनी ज्ञानदेवांच्या पंक्तीला नेऊन बसवलं. यातच तुकोबारायांची महती लक्षात येते. खरंच धन्य तो तुका आणि धन्य त्याची अभंगवाणी. तुकोबा हे मध्ययुगीन माणसाच्या तेजाचं प्रतीक आहे. तुकोबा म्हणजे चालतेबोलते देव! शब्दप्रभू तुकोबारायांचे अभंग म्हणजे सरस्वतीचा रत्नजडित मुकुट. हा मुकुट म्हणजे भागवतधर्माचा कळस. या कळसाच्या दर्शनाने मन शांत होतं.

देह देवाचे कारणी लावणाऱ्या तुकोबांचा जन्म इंद्रायणीकाठी वसलेल्या देहू गावी शके १५२० इ.स. १५९८ मध्ये मोरे घराण्यात झाला. दिवस होता माघ वद्य पंचमीचा. वोल्होबा आणि कनकाई हे त्यांचे जन्मदाते. वोल्होबाची वृत्ती धार्मिक होती. आई-वडील विठ्ठलभक्त होते. तुकोबांना कुळाची उज्ज्वल परंपरा लाभली. सदाचार, संपत्ती, सुख मिळाले. कथा, कीर्तन, भजन, पूजन या धार्मिक संस्कारांची ऊब मिळाली. निष्काम भक्तीची परंपरा मिळाली. वारकरी घराण्यात जन्म झाल्यामुळे विठूभक्तीचे संस्कार मिळाले. कुळाच्या परंपरेची जाणीव त्यांना होती. 'तुका म्हणे संत सेवा। माझ्या पूर्वजांचा ठेवा।'

बोल्होबांकडे गावची महाजनकी होती. ते सावकारी करायचे. घरात आर्थिक सुबत्ता होती. शांती, समाधान नांदत होतं. आपल्या घराण्याचा, आई-वडिलांचा तुकोबांना सार्थ अभिमान होता. 'शुद्ध बीजापोटी। फळे रसाळ गोमटी।' याची जाण तुकोबांना होती.

माझ्या वडिलांची मिराशी गा देवा।
तुझी चरणसेवा पांडुरंगा।।
तुका म्हणे मायबापे।
अवघी देवाची स्वरूपे।।
पंढरीची वारी आहे माझे घरी।
आणि न करी तीर्थव्रत।।

पंढरीचा विठोबा हे मोरे घराण्याचं कुलदैवत. पंढरीची कृपादृष्टी लाभलेल्या या घरात तुकोबांना सावजी व कान्हा हे भाऊ मिळाले. सावजी हा वडील बंधू. सावजी जन्मत:च विरक्त वृत्तीचा होता. त्यामुळे वोल्होबाची सारी भिस्त तुकोबांवर होती. त्यांनी लहानपणापासून तुकोबांना व्यावहारिक शिक्षण दिलं आणि तुकोबा चोखपणे व्यवहार सांभाळू लागले. सावजीच्या कर्मसंन्यासी वृत्तीमुळे व्यवहारी झाले. व्यवहार याचा अर्थ चांगला व्यापार करून संपत्ती जोडणे, राखणे. धनाचा लाभ बाळगू नये. धन योग्य ठिकाणी खर्च करावे. या दृष्टीने तुकोबा व्यवहारात निपुण होते.

जोडोनियां धन उत्तम व्यवहारे
उदास विचारें वेच करी ।।

भरपूर पैसा मिळवावा हा आजच्या काळाचा महिमा आहे. पैसा हे जीवनाचं सर्वस्व आहे. दुनिया पैशाभोवती फिरते. त्याशिवाय सुख नाही. सुखासाठी कसाही-कोणत्याही मार्गाने पैसा मिळवावा आणि तो कसाही उधळावा हा आजचा व्यवहार तुकोबांना अभिप्रेत नाही. पैशापेक्षा ज्ञान महत्त्वाचं. ज्ञानामुळे माणूस विचारी होतो. असा विचार माणूस उदास म्हणजे अलिप्त वृत्तीने, विचाराने पैसा खर्च करतो. तुकोबांच्या या विचारांचा संस्कार आजच्या काळावर झाला तर पैसा हे जगण्याचं साध्य होणार नाही. पैसा सुख देत नाही केवळ सुखाची साधनं देतो हे समाजाला समजू लागेल.

काळाच्या परंपरेनुसार तुकोबांचा विवाह कुलसंपन्न रखुमाईशी झाला. रखुमाईला दम्याची व्यथा होती. त्यामुळे बोल्होबांनी तुकयाचं दुसरं लग्न लावून दिलं. पुण्यातील धनाढ्य, प्रतिष्ठित सावकार अप्पाजी गुळवे यांची कन्या जिजाई ही तुकोबांची दुसरी पत्नी. सुखी संसारात तुकोबा रमले होते. संसारात कसलीही उणीव नव्हती. व्यापार, प्रतिष्ठा, प्रेम, संपत्ती, कौटुंबिक स्वास्थ्य या साऱ्या गोष्टी मनासारख्या होत्या. त्यामुळे तुकोबा तृप्त, आनंदी होते; पण हे सारं सुख-समाधान शाश्वत नव्हतं. दैवाची गती वेगळी होती. संकटांचा मारा सुरू झाला. एका संकटातून डोकं वर काढावं तोच दुसरं संकट हजर व्हायचं. जन्मदात्यांना देवाज्ञा झाली. सावजीची बायको - मोठी वहिनी मरण पावली आणि हातात तुळशीपत्र घेऊन बसलेला सावजी तीर्थयात्रेला निघून गेला. प्रापंचिक जबाबदाऱ्यांमुळे तुकोबा १७ व्या वर्षी जास्त प्रौढ झाले. जिद्दीने कर्तव्यकर्म

करीत राहिले. त्या वेळी गावात फार मोठा दुष्काळ पडला आणि व्यवसाय बुडाला. घरातली पुंजी संपल्यामुळे आर्थिक ओढाताण होऊ लागली. दैनंदिन गरजा भागेनाशा झाल्या. तुकोबांच्या प्रेमळ, दयाळू वृत्तीमुळे कर्जे वसूल झाली नाहीत. सावकारी बुडाली. मन उदास झालं. गावची, घराण्याची प्रतिष्ठा धुळीला मिळाली. घरच्या माणसांची अन्नान्न दशा झाली. पुरुषार्थ दुखावला गेला. मन सैरभैर झालं. संकटांचा कडेलोट म्हणजे पहिली बायको रखुमा व मुलगा संतू देवाघरी गेले. सगळेच वासे फिरले. जिवलगांच्या विरहामुळे तुकोबांचं मन संसार व व्यवहारात रमेनासं झालं. तुकोबा एकटे पडले. हृदयसंवाद संपला. भावनांचा कोंडमारा झाला. वृत्ती अंतर्मुख झाली. 'आपुलाचि आपणासि संवाद' ही सवय जडली. प्रवृत्ती कमी कमी होऊन निवृत्ती डोकं वर काढायला लागली. तरीही गृहस्थाश्रमी तुकोबांनी संसाराची विस्कटलेली घटी नीट बसविण्याची शर्थ केली. धीराने उद्योग व्यवसायासाठी ते झटले; पण यश न आल्यामुळे ते उदासीन झाले. अपमान–अवहेलना त्यांना झेपेनाशी झाली. उद्विग्न मन 'मनुष्यधर्म बुडाला पांडुरंगा' असा आकांत करू लागलं.

संकट परिस्थितीचा जोर इतका प्रचंड होता, की तुकोबांना सगळ्याचा वीट आला. उद्ध्वस्त झालेल्या मनाचा वैताग वैराग्याच्या दिशेनं जाऊ लागला. संसारातून अलिप्त होणारं मन आता स्वत:ची समजूत घालू लागलं....

दुष्काळें आटिलें द्रव्य नेला मान।
स्त्री तर अन्न अन्न करिता मेली।।
लज्जा वाटे जिवा त्रासलो या दुःखें।
वेवसाय देखे तुटि येतो।।

संकटसमयी माणसाला नातीगोती काहीही नसतं. कोणी कोणाचं नसतं. हे कठोर सत्य, त्यातला अर्थ त्यांना समजला. संकटात आपण आपले असतो. सगळे केवळ सुखाचे सोबती असतात. अनुभवातून माणूस शहाणा होतो.

जन हे सुखाचे दिल्या घेतल्याचे।
अंत हे काळी नाही कुणी।।

हे तत्त्वज्ञान त्यांना स्वानुभवातून समजलं. तुकोबा संकटांना, दुःखांना घाबरले नाहीत, तर पैसा, संसार, माणसं या गाष्टी अशाश्वत आहेत, माणसाच्या

दु:खाचं ते मूळ आहे. तुकोबा अतिसंवेदनशील मनाचे असल्यामुळे पत्नीच्या-मुलाच्या मृत्यूतलं कारुण्य त्यांना अंतर्मुख करून दिशा दाखवत होतं. प्रपंचात गोडी न वाटणारं त्यांचं मन देवात रमायला लागलं. हे मन देवाचा सतत धावा करू लागलं. देवात रमणारं मन दु:खी मनाला आधार देऊन सांगू लागलं...

बरे जाली याचे अवघे सांगाती।
वाईटाचे अंती कुणी नाही ।।

तुकोबांचं मूळचं भक्तिमार्गी मन संसारातून हळूहळू विरक्त झालं. सुख हे मृगजळासारखं असतं. माणसाच्या वाट्याला सुखापेक्षा दु:ख जास्त येतात. दु:खानं आपण खचतो; पण दु:ख माणसाला घडवतं, शहाणपण देतं.

सुख पाहतां जवापाडें। दु:ख पर्वताएवढें।
धरी धरी आठवण। मानी संतांचें वचन।।

सुखाच्या ध्यासाने आयुष्याचा नाश होतो. सुख-दु:ख या मानण्याच्या गोष्टी आहेत. सुखासीनतेचं मनाला व्यसन जडतं. व्यसन हा आपला शत्रू. संकटांमुळे तुकोबांचं मन खडबडून जागं झालं आणि हरिनामाचा ते जप करू लागले. त्यांना समजलं की पैशाची कमतरता हे खरं दैन्य नाही, संसारातली आसक्ती हे खरं दैन्य आहे. जागं झालेलं मन देवाला सांगू लागलं...

संसार तापें तापलो मी देवा।
करिता सेवा या कुटुंबाची।।
म्हणवुनि तुझे आठवले पाय।
ये वो माझे माय पांडुरंगे।।

संकटे, दु:ख पचवून देवाला शरण जावं, त्याची मनोभावे भक्ती करावी. हरिभजनी मन गुंतवावं. भक्तीची ओढ वाटणारं त्यांचं मन संसारातून अलिप्त झालं. एकांतात रमू लागलं. 'अखंड एकांत सेवावा' याची गोडी त्या दु:खी मनाला समजली. तुकोबाचं दु:खी मन देवाला बोल लावण्याऐवजी दैवाला दुवा देऊ लागलं.

बरें झाले देवा निघालें दिवाळें।
बरें या दुष्काळें पीडा केली।।
बरें झालें जगीं पावलो अपमान।

बरें गेलें धन ढोरें गुरें।।
बरें झालें नाही धरली लोकलाज।
बरां तुज आलो शरण देवा।।

सत्याची कास धरणारे तुकोबा व्यवहारनिष्ठ आहेत. ते आयुष्यातील सुख-दुःखाच्या प्रसंगाकडे परखड दृष्टिकोनातून बघतात. कर्तव्यबुद्धी जागरूक ठेवून 'मन करा रे प्रसन्न। सर्व सिद्धीचे कारण' असं सांगून सतत उद्योगात राहा, प्रयत्नाची पराकाष्ठा करा असं सांगतात. दुष्काळामुळे गावचं विठ्ठल मंदिर ओस पडलं होतं. एकांताची ओढ वाटणारे तुकोबा बरेचदा देवळात विठूपुढे बसायचे. विठूशी संवाद साधता साधता ते आता स्वत:त डोकवायला लागले. हरिकीर्तनात रमू लागले. यासाठी हक्काची जागा हवी. या गरजेतून तुकोबांनी मंदिराचा जीर्णोद्धार केला. भक्तीचा छंद जडला. मन त्यात रमू लागलं आणि तुकोबा दु:ख, संकटांपासून लांब जायला लागले तरी लोकलाज होती. देवाचं नाव मोठ्यानं घेण्याची, कीर्तन करण्याची लाज, भीती वाटत होती. हळूहळू भक्तीतून शक्ती मिळाली आणि जनलाज सोडून दिली. संतवचनांचे पाठांतर करण्यात मन रमू लागलं. संतसहवासाच्या आधाराने ते शांत-प्रसन्न-आनंदी-निर्भर झालं आणि ते हर्षभरानं गाऊ लागलं...

सदा माझे डोळा जडो तुझी मूर्ती।
रखुमाईच्या पती सोयरिया।।
गोड तुझे रूप गोड तुझे नाम।
देई मज प्रेम सर्वकाळ।।
विठो माऊलिये हाचि वर देई।
संचरोनी राही हृदयामाजि।।
तुका म्हणे काही न मागे आणिक।
तुझे पायी सुख सर्व आहे।।

कर्ताकरविता परमेश्वर असल्यामुळे आपला भार देवावर टाकावा. मनापासून भक्ती करावी. संकटं, संघर्ष जीवनात असणारच. आपली चिंता त्याला असते. हा विवेक जागा झाल्यावर तुकोबा शांत झाले. 'आलिया भोगासी असावे सादर। देवावर भार घालुनिया।' या वृत्तीनं त्यांनी संकटात मनाचा तोल ढळू दिला नाही. रात्रंदिन आम्हा युद्धाचा प्रसंग या अनुभवानं पोळलेलं मन भक्तीत चिंब

झालं. 'सीण झाला मज संसारभ्रमे।' या शब्दात वैताग व्यक्त करणारे तुकोबा विरक्त झाले. तुकोबांचं संपूर्ण जीवन म्हणजे संघर्षयात्रा आहे. त्यांचा लढा जसा स्वत:शी आहे तसा समाजाशीही आहे. त्यांच्या भक्तिमार्गात काटे जागोजागी आहेत. तरी धैर्यानं, चिकाटीनं ते भक्तीत रमू लागले. मनाची अस्वस्थता कमी झाली. अहोरात्र विठूच्या मूर्तीपुढे बसून राहणारे तुकोबा कीर्तनातून बोलू लागले.

धन मेळवूनि कोटी। सवे न ये रे लंगोटी।
पानें खाशील उदंड। अंती जाशी सुकल्या तोंडीं।।
पलंग न्याहाल्या शेवटी। शेवटी गोवऱ्या सांगाती।
तुका म्हणे राम। एक विसरता श्रम ।।

पैसा हे प्राणभूत तत्त्व मानणाऱ्यांना तुकोबांनी दिलेला हा संदेश त्यांच्या व्यवहारवादी मनाची साक्ष पटवून देतो. अतिसमृद्धीत माणूस हताश, निराश होतो. भक्तीशिवाय गती नाही. 'ज्याचे मुखी नाम। तोचि धन्य' हा विचार प्रत्येकाने कृतीत आणायला हवा. तुकोबाचे स्वानुभवाचे बोल प्रत्येक काळात जीवनोपयोगी आहेत. तुकोबांनी तत्कालीन समाजाला कीर्तनातून कर्तव्यबुद्धीची जाग आणली. अत्यंत प्रेमभावनेने तुकोबा कीर्तन करायचे. 'चित्ताचे आसन। तुका करितो कीर्तन।' या भावनेने त्यांनी आयुष्यभर कीर्तनातून लोकजागृती केली.

ऐकोनि कीर्तनाचा गजर।
ठेला यमलोकींचा गजर।।

'विठ्ठल' या तीन अक्षरांत अमृताची गोडी आहे. याचा अनुभव तुकोबांनी घेतला. विठूच्या रूपात ते स्वत:ला विसरले. षड्रिपूंपासून लांब गेले. साधकावस्थेत आपल्या मनावर कोरलं गेलेलं विठूचं सात्त्विक, गोड, कोवळं रूप त्यांनी समाजाला अभंगातून सांगितलं...

सुंदर तें ध्यान उभे विटेवरी
कर कटावरी ठेवुनिया
तुळशीहार गळा कासे पितांबर
आवडे निरंतर हेंचि ध्यान।

तुकोबांना भक्तीचा शाश्वत सुखाचा मार्ग सापडला. मन निर्मळ होऊ लागलं. मोह-माया यापासून ते दूर गेलं. विठूवर श्रद्धा बसली. श्रद्धाळू मन स्वत:ला

सांगू लागलं, 'तुका म्हणे मना पाहिजे अंकुश। नित्य नवा दीस जागृतीचा।' नामदेवांची कीर्तनसंस्था तुकोबांनी बळकट केली. नामदेवांनी चंद्रभागेच्या वाळवंटी आणलेलं कीर्तन तुकोबांनी गावोगावी नेऊन पोहोचविलं. ते आपल्या कीर्तनी प्रत्यक्ष पांडुरंग होऊन नाचले.

दुष्काळात उद्‌ध्वस्त झालेलं देहूगाव हळूहळू पूर्वपदावर आलं. गावातले उद्योग व्यवसाय सुरू झाले. तुकोबा गरजेपुरत्या कौटुंबिक गरजा पार पाडायचे; पण त्यांचा मुक्काम बहुतेक वेळा विठ्ठल मंदिरात असायचा. भक्तीत रममाण झालेल्या तुकोबांचं संसाराकडे दुर्लक्ष झालं. संसाराकडे समाजसेवेपायी त्यांनी पाठ फिरवली. रंजल्या गांजलेल्यांच्या सेवेत ते अहोरात्र रमू लागले. संसाराची चिंता करणारी जिजाई तुकोबांवर नाराज झाली, प्रसंगी चिडली. संसार सांभाळून भक्ती करावी असं तिला वाटलं; पण तुकोबांनी विश्वाच्या प्रपंचाची जबाबदारी घेतल्यामुळे...

पांडुरंग मनीं पांडुरंग ध्यानीं।
जागृती स्वप्नी पांडुरंग।

अशा भावावस्थेत ते रमू लागले. 'देवाचा तो भक्त देवासी गोड। आणिकांसी चाड नाही त्याची।' हा अनुभव त्यांनी घेतला. अखंड एकांतासाठी तुकोबा एकांत शोधू लागले. आणि त्यांना भंडारा डोंगराची आठवण झाली. भंडारा त्यांचा सखा झाला. या सख्याच्या सहवासात मन प्रसन्न झालं. निसर्गाशी हृदयसंवाद सुरू झाला. ते निसर्गाशी एकरूप झाले. निसर्ग हे परमेश्वराचं एक सुंदर रूप. या रूपाने त्यांना स्वर्गीय आनंद झाला. वैराग्याची भावना उसळी मारून बाहेर आली. विरक्त वृत्तीला निसर्गानं साद घातली. 'झाली हरिरूप अवघी सृष्टी' या अनुभवानं हर्षभरित झालेल्या मनाला आनंदाचा डोह दिसला. आनंदी मन जगाला निसर्गावर प्रेम करण्याचा संदेश देऊ लागलं.

वृक्षवल्ली आम्हा सोयरीं वनचरें
पक्षीही सुस्वरें आळविती।
येणें सुखें रुचे एकांताचा वास
नाही गुणदोष अंगा येत।
आकाश मंडप पृथ्वी आसन

रमे तेथे मन क्रीडा करी।
तुका म्हणे होय मनासि संवाद
आपुलाचि वाद आपणासी।

आज पर्यावरणाचा समतोल ढळल्यामुळे पर्यावरण हा कळीचा प्रश्न झाला आहे. पर्यावरणाचा विचार करणाऱ्यांना तुकोबांची आठवण येणं अगदी साहजिक आहे. वनश्रीचं सौंदर्य जपण्याचं भान तुकोबांनी दिलं. पर्यावरणाच्या संरक्षणाची दृष्टी देणारे तुकाराम द्रष्टे वाटतात.

भक्तिमय आयुष्य झालेल्या तुकोबारायांच्या आयुष्यात सोनेरी क्षण आला. माघ शुद्ध दशमीला, गुरूवारी पहाटे त्यांना दृष्टान्त झाला.

नामदेव केलें स्वप्नामाजी जागे।
सवें पांडुरंगा येऊनिया।।
सांगितले काम करावें कवित्व।
वाऊगें निमित्त बोलों नको।।

नामदेवांच्या कवित्वाचा वारसा तुकोबांकडे आला. ज्ञानाचा एका, तर नामाचा तुका अशी वारकऱ्यांची श्रद्धा आहे.

केशव बाबाजी चैतन्य
झालासे प्रसन्न तुकयासि

बाबाजी चैतन्य या महापुरुषाने तुकोबांना आशीर्वाद देऊन 'रामकृष्ण हरी' हा मंत्र दिला. गुरुउपदेशानंतर तुकोबांच्या काव्याला खरा बहर आला आणि मराठी सारस्वताला त्यांनी पाच-सात हजार अभंगांची देणगी दिली. भक्ती व ज्ञान यांचा उत्कट संगम त्यांच्या अभंगावस्थेत आहे. या अभंगाचं कर्तेपण विठूकडे देणारे तुकोबा श्रद्धेने सांगतात-

तुका म्हणे मज बोलवितो देव।
अर्थ गुह्य भाव तोचि जाण।।

तुकोबांचे अभंग आत्मनिष्ठ आहेत. 'अनुभवे आले अंगा। ते जगा देतसे।' या निरपेक्ष वृत्तीने त्यांची अभंगरचना झाली. आपल्या अभंगात त्यांनी समाजाला दैनंदिन जीवनात पावलोपावली उपयोगी पडेल असं तत्त्वज्ञान सांगितलं. भक्तिमार्ग उलगडून दाखविला. सहजपणे समाजप्रबोधन केलं. 'देवाच्या सख्यत्वासाठी।

पडाव्या जिवलगांचया तुटी।' या न्यायाने विठूभक्तीत तुकोबांना जिजाईचाही विसर पडला; पण ती पतिव्रता आपल्या देवाला कशी विसरेल? प्रेमापोटी, काळजीपोटी ती तुकारामाची वाट बघू लागली. भंडारा डोंगरावरचा त्यांचा मुक्काम नित्याचा झाला. जिजाईला ती जागा समजल्यावर ती भंडाऱ्यावर गेली. प्रेमानं त्यांना खाऊ घातलं. जिजाईंचं तुकोबांवर विलक्षण प्रेम होतं. ती पतिव्रता होती. संसारदक्ष गृहिणी होती. ती कजाग, तोंडाळ असली तरी प्रेमळ होती. प्रेमापायी तर ती आपल्या देवाला बोल लावायची. पतीच्या भक्तिमार्गाआड ती कधी आली नाही. पतिव्रताधर्म तिनं कधी सोडला नाही. संसाराकडे पाठ फिरवली नाही. तुकोबांनीसुद्धा संसाराचा संपूर्ण त्याग कधी केला नाही; पण प्रपंचातली आसक्ती कमी केली. 'संसारासवे जोडिले परमार्थ' या भावनेने अखंड परमार्थाची वाट धरली.

संसारा आलिया एक सुख आहे।
आठवावे पाय विठ्ठलाचे।।
येणे होय सर्व सुखाचा संसार।
न लगे दुःखाचा लेश काही।।

तुकोबांची कीर्ती कीर्तनामुळे दशदिशांना पसरली. कीर्तीमुळे शत्रू भेटतात. देहूतला मंबाजी त्यांना त्रास देऊ लागला. त्याने मारझोड केली. तरी तुकोबा शांत राहिले. भक्ती माणसांची सहनशक्ती, संयम वाढवते. विठूनामामुळे आलेली मन:शांती तुकोबांनी ढळू दिली नाही. तुकोबांच्या कीर्तनाला गाव लोटायचा. मंबाजी आपला राग तुकोबांवर काढायचा. मंबाजीने आता रामेश्वर भट्ट या विद्वानाच्या मदतीने तुकोबांचा छळ मांडला. तुकोबांना जन्मानं वेदांचा अभ्यास करण्याचा अधिकार नव्हता, तरी अभ्यासू वृत्तीमुळे, पाठांतरामुळे ते आपल्या कीर्तनात त्याचा आधार घ्यायचे. रामेश्वराने तुकोबांच्या कीर्तनावर बंदी आणली. अभंग इंद्रायणीत बुडविले. विरोधाने न संतापता अपमानित न होता, शांत-विरक्त वृत्तीच्या तुकोबांनी विठूचा धावा केला. इंद्रायणीकाठी तेरा दिवस प्राणांतिक उपोषण केलं. जोडीला पतिव्रता जिजाई होती. लाडक्या भक्ताच्या मदतीला पांडुरंग आला. गाथा तुकोबाच्या हाती दिली. रामेश्वरभट्टांनी तुकोबांचं सामर्थ्य ओळखलं. ते तुकोबाला शरण गेले. त्यांचं शिष्यत्व पत्करलं.

भक्ति ज्ञान आणि वैराग्य आगळा
ऐसा नाही डोळा देखियला।
जपतप यज्ञे लाजविलीं दानें
हरिनामकीर्तनें करोनिया

तुकोबांसारख्या गुरूने शिष्याला क्षमा केली. क्षमा हे दुबळेपणाचं लक्षण नाही. तर ते एका पराक्रमी साधुपुरुषाचं शस्त्र आहे. प्रसंगी ते शस्त्र उगारावं लागतं, याची जाणीव तुकोबांना होती. मूर्खांपायी आपली नम्रता – शांती ढळू न देणारे तुकोबा मिळमिळीत नाहीत तर प्रसंगी वज्राहून कठीण आहेत.

स्थितप्रज्ञ तुकोबांचं मोठेपण मंबाजीला समजणं शक्य नव्हतं. नम्रतेपुढे क्रोध माघार घेतो; पण हे समजण्याची वृत्ती मंबाजीची नसल्यामुळे तुकोबांनी जशास तसे या न्यायाने मंबाजीला योग्य शब्दात समज दिली. अत्यंत शांतपणे पण अधिकारवाणीने ते मंबाजीला म्हणाले, 'आम्ही तुमचा त्रास मुकाट्याने सहन करतो याचा अर्थ आम्ही भोळेभाबडे नाही. हे आमचं एक रूप आहे. आम्ही वारकरी आहोत. विठूची शक्ती आमच्या पाठीशी आहे. न्यायाने जगण्याचा आमचा संस्कार अन्यायाविरुद्ध जोरकस आवाज उठवू शकतो. दंभावर प्रहार करण्याचं ज्ञान आम्हाला आहे. प्रचंड मानसिक–शारीरिक शक्ती आमच्या विठूभक्तीत आहे.

मऊ मेणाहुनि आम्ही विष्णुदास
कठीण वज्रास भेदूं जैसे।
मेले जीत असो निजोनिया।
जागे जो जो मागे तें तें देऊं।
भलें तरी देऊं कासेचि लंगोटी
नाठाळाची काठी देऊ माथा।
मायबापाहुनि बहु मायावंत
करू घातपात शत्रूहुनि।
अमृत तें काय गोड आम्हापुढे
विष तें बापुडे कडू किती।
तुका म्हणे आम्ही अवघेचि गोड
ज्याचे पुरे कोड त्याचे परि।।

तुकोबांच्या शब्दातून व्यक्त झालेलं शुद्ध मन मंबाजीला समजलं. तो खजील झाला. तुकोबा साधासुधा वारकरी नाही. त्याची पारमार्थिक उंची मोठी आहे. भक्तीमुळे त्याला फार मोठा अधिकार प्राप्त झाला आहे. त्याची बंडखोरी, क्रांती, पराक्रम मोठा आहे. बंडखोर तुकोबांचं दर्शन झाल्यावर मंबाजी गप्प बसला, त्याने माघार घेतली.

समाजातल्या दांभिकपणाची मनस्वी चीड तुकोबांच्या अनेक अभंगांतून ठिणगीसारखी व्यक्त झाली आहे. लोकशिक्षकाच्या भूमिकेतून तुकोबा पाखंड्यावर प्रहार करतात. अनीती, ढोंगीपणावर हल्ला करून समाजमन जागं करतात. दांभिक साधूंचा निषेध करताना त्यांच्या लेखणीची धार तलवारीसारखी होते.

* **'म्हणे विठ्ठल पाषाण। त्याच्या तोंडावरी वहाण।'**

* **'शाळीग्रामासी म्हणे धोंडा। किडे पडो त्यांच्या तोंडा।'**

* **'होऊनि संन्यासी भगवी लुगडी, वासना न सोडी विषयाची।'**

आजच्या चंगळवादी, भ्रष्ट, भोंदू समाजात तुकोबासारख्या लोकशिक्षकांची खरी गरज आहे.

ऐसे कैसे झाले भोंदू। कर्म करोनि म्हणती साधू।
अंगी लावूनिया राखे। डोळे झाकोनि करिता पापे।।
दावुनि वैराग्याच्या कळा। भोगी विषयांचा सोहळा।
तुका म्हणे सांगो किती । जळो तयांची संगत।।

कीर्तन म्हणजे देवाची पूजा. कीर्तनात देव भेटतो, अशी श्रद्धा असणारे तुकोबा पोटासाठी कीर्तन करणाऱ्यांचा समाचार घेतात. लोभी वक्ता श्रोत्यांना आनंद देण्याऐवजी भय वाटतो.

आशाबद्ध वक्ता। भय श्रोतियांच्या चित्ता।
गातो तेहि नाही ठावे। तोंडी वासी काही द्यावे।
झाले लोभाचे मांजर। भीक मागे दारोदार।।
वाया गेले ते भजन। उभयता लोभी मन।
बहिरे–मुके एके ठायी। तैसे झाले तया दोन्ही।।
माप आणि गोणी। तुका म्हणे रिती दोन्ही।

कीर्तनकार श्रेष्ठ भक्त हवा. कीर्तन हा पोट भरण्याचा धंदा नाही. ती आनंदाची ठेव आहे. आनंद पैशात मोजता येत नाही. भक्ती पैशात तोलता येत

नाही. कीर्तनाला धंदा समजणाऱ्यांचे जळो जिणे लाजिरवाणे. तो देवाच्या अवकृपेला पात्र होईल. कीर्तन ओठातून नाही तर पोटातून असावं. तुकोबा म्हणतात,

भिक्षापात्र अवलंबणें। जळों जिणें लाजिरवाणे।
ऐसियासी नारायणें। उपेक्षिजे सर्वथा।।
देवापायी नाही भाव। भक्ती वरी वरी वाव।
समर्पिला नाही जीव। तो व्यभिचार जाण।।
जगा घालावें साकडें। दीन होऊन बापुडे।
हेचि भाग्य रोकडें। मूळ हा अविश्वास।।
काय न करी विश्वंभर। सत्य करिता निर्धार।
तुका म्हणे सार। दृढ धरावे पाय।।

समाजातल्या दृष्कृत्यांवर कडाडून हल्ला करायला हवा. फक्त हल्ला करणारा सदाचारी, प्रामाणिक, चारित्र्यसंपन्न हवा. परखडपणा हा तुकोबांच्या व्यक्तिमत्त्वाचा म्हणून वाणी, लेखणीचा एक मोठा विशेष मानावा लागतो.

डोई वाढवुनि केश। भूतें आणिती अंगास
तरी ते नव्हती संतजन। तेथी नाही आत्मखूण।
मेळवूनि नरनारी। शकुन सांगती नानापरी।
तुका म्हणे भेद। नाही त्यापासी गोविंद।।

माणुसकी रक्तबंबाळ झालेल्या स्वार्थाच्या बाजारात तुकोबांचं संतत्व बघून आपण नतमस्तक होतो. दुसऱ्याच्या दुःखानं व्यथित होणारं मन आज दुर्मिळ आहे. आत्मकेंद्री वृत्ती कळसाला जाऊन भिडली आहे. 'वसुधैव कुटुंबकम्' हा विचार कल्पनेतला वाटतो. मानवतावादाचा पुरस्कार आपल्या आचारविचारातून करणारे तुकोबा मानवधर्माचे पुजारी आहेत. देव आणि साधू यांची सोपी-सरळ व्याख्या आपल्या अभंगात केली आहे. हा सुप्रसिद्ध अभंग म्हणजे तुकोबांची जीवनशैली.

जे का रंजले गांजले। त्यासी म्हणे जो आपुले।
तोचि साधू ओळखावा। देव तेथेचि जाणावा।
मृदू सबाह्य नवनीत। तैसें सज्जनाचे चित्त।

ज्यासी आपंगिता नाही। त्यासी धरी जो हृदयी।
दया करणें जे पुत्रांसि। तेचि दासा आणि दासी।
तुका म्हणे सांगू किती। तोचि भगवंताच्या मूर्ती।।

स्त्रीबद्दलचा आत्यंतिक अभिमान तुकोबांच्या मनात होता. सालोमालो या पंचक्रोशीतल्या कीर्तनकाराने तुकोबांवर सूड उगविण्यासाठी चिमणा या कलावंतिणीला तुकोबांकडे पाठवले होते. आपल्या सौंदर्याच्या जाळ्यात सगळ्यांना अडकविण्याचा तिचा हातखंडा होता; पण चिमणा तुकोबांच्या भक्तितेजापुढे स्वत:ला विसरून त्यांना शरण गेली आणि लावणीऐवजी अभंग गाऊ लागली. सालोमालो पराभूत झाला. सत्य-असत्याच्या लढाईत सत्य कधी लपत नाही. सत्याचं सौंदर्य सांगणारा तुकोबांचा अभंग अर्थपूर्ण, रसाळ आहे.

न लगे चंदना पुसावा परिमळ। वनस्पती मेळ हाकारून।
अंतरीचें धावें स्वभावे बाहेरी। धरिता ही परी आवरेना।
सूर्य नाही जागे करीत या जना। प्रकाश किरणा कर म्हणू।
तुका म्हणे मेघ नाचवी मयुरा। लपवितां खरें येत नाही।।

'पराविया नारी माऊली समान' हा संस्कार आजच्या काळात अत्यावश्यक आहे. तुकोबारायांच्या तत्त्वज्ञानाची खरंच समाजाला फार मोठी गरज आहे. तुकोबांचं मार्मिक, जीवनाचं सोपं तत्त्वज्ञान सांगणारे अभंग समाजाला खडबडून जागे करतील, संस्कारसंपन्न करतील. घरोघरी हे अभंग प्रार्थनेसारखे आळविले गेले पाहिजेत.

भक्ती ही सुळावरची पोळी आहे. भक्ती शिगेला पोहोचल्याशिवाय देव भेटत नाही. भक्तिमार्गी तुकोबांना पांडुरंगाच्या भेटीचा ध्यास होता. भेट होईपर्यंतचा विरह म्हणजे विषाची परीक्षा. या विरही अवस्थेचं चित्रण परिणामकारक आहे.

कन्या सासुऱ्यासि जाये। मागे परतोनि पाहे।
तैसें झालें माझ्या जीवा। केव्हां भेटसी केशवा।।
चुकलिये माये। बाळ हुरहुरू पाहे।
जीवनावेगळी मासोळी। तैसा तुका तळमळी।।

दयाघना परमेश्वराला अनन्यभावानं शरण येऊनही, ती माऊली आपल्याला भेटत का नाही, या प्रश्नाने तुकोबा अस्वस्थ होतात. 'वाटुली पाहता शिणले डोळुले।' असं सांगूनही देवाची भेट होत नाही. तुकोबांचं शुद्ध, सात्त्विक प्रेम

विरहामुळे देवाला बोल लावतं. 'माझ्यासाठी देव मेला। असो त्याला असेल।' तुकोबा देवाशी भांडतात. त्याला बजावतात, की मी पतित होतो, म्हणून तुम्ही माझा उद्धार करू शकलात आणि पतितपावन या पदवीला प्राप्त झालात.

जरी मी पतित नव्हतो देवा।
तरी तू पावना कैचा तेव्हा।।
म्हणोनि माझे नाम आधी।
मग तू पावन कृपानिधी।।

प्रेमाचा अधिकार इतका मोठा असतो, की मनात येणाऱ्या सर्व गोष्टी अत्यंत मोकळेपणाने संवादता येतात. खऱ्या प्रेमात लहान–मोठा, गरीब–श्रीमंत असा भेदभाव नसतो. स्वामित्वाची भावना नसते. दोघेही समान पातळीवर परस्परानुकूल असतात. म्हणून तुकोबा त्याला विचारतात, 'आम्ही तुला देवपण दिलं याचा तुला विसर पडला का? तुला माझा खरा भाव समजत नाही. मला तुझ्याकडून भक्तीशिवाय काही नको आहे. तुला ते समजत नसेल तर मी तुझ्याहून श्रेष्ठ असलेल्या संतांकडे जातो. त्यांच्या भेटीने माझी तळमळ, व्याकुळता, आर्तता कमी होईल, मन निवेल.' डोह शोधणारा तुका अंधारात बुडतोय. मनात भीतीचं दाट सावट आहे. भीती हिंस्र श्वापदांची. काम, क्रोध, मत्सर, लोभ, मोह, माया यांच्या गदारोळात देव लांब जातोय. कधी तरी तो आपल्याजवळ आहे असा भास होतो. आशा–निराशेचा जीवघेणा खेळ कसा संपणार? मनाचा बळकट आशावाद प्रकाशगाणं गायला पुरेसा आहे.

'येई गा विठ्ठला येई गा विठ्ठला' असं म्हणणारे तुकोबा आता थकून गेले आहेत. प्रकाशाची ज्योत दिसतेय, परत लांब जातेय. आनंदाचा सापडलेला डोह समाजमनापर्यंत पोहोचवायला हवा. समाजकार्याचं हे भान डोळस आहे; पण त्यापूर्वी तुझी प्रत्यक्ष भेट हवी. अद्वैतानंदाचा अनुभव यायला हवा. तुकोबांच्या निराशेची परमावधी झाली आणि एक दिवस अचानक पूर्वपुण्याई फळाला आली. अंधारी रात्र संपली आणि ज्योतीचं दर्शन झालं. तुकोबांचा पांडुरंग त्याला भेटला. 'आजि आनंदु रे। एकी परमानंदु रे।' ही जीवनमुक्त अवस्था त्यांनी अनुभवली. तुकोबांना साक्षात्कार झाला. पारमार्थिक वाटचालीतली ही सहजावस्था त्यांनी अनुभवली. हा चमत्कार नाही. द्वैत गळून पडलं... अद्वैताचं भाग्य त्यांनी अनुभवलं. 'सुंदर ते ध्यान। उभे विटेवरी' हे साधकावस्थेतलं परमेश्वराच्या सगुण रूपाचं

झालेले दर्शन साक्षात्कार म्हणजे प्रत्यक्ष अनुभव. साक्षात्काराच्या अवस्थेत पूर्ण एकरूपता आहे. 'देव माझा मी देवाचा' ही प्रचिती त्यांना आली. या मनानं सांगितलेला अनुभव अत्यंत बोलका आहे.

नाही रूप नाही नाव। नाही ठाव धराया।
जेथे जावे तेथे आहे। विठ्ठल माय बहीण।
नाही आकार विकार। चराचर भरलासे।
नव्हे निर्गुण सगुण। जाणे कोण तयासी।
तुका म्हणे भावावीण। त्याचें मन वोळेना।।

तुकोबांना सामाजिक वास्तवाची जाणीव असल्यामुळे अद्वैतानंदाचं अमृत समाजमनाला चाटवायला हवं... या व्यापकतेमुळे ते जनमानसाला सांगतात,

देव आमचा आमचा। जीव सकल जनांचा।
देव आहे देव आहे। जवळी आम्हा अंतरबाहे।
देव गोड देव गोड। पुरवे कोडाचेही कोड
देव आम्हा राखे राखे। घाली कळीकाळासी काखे।
देव दयाळ दयाळ। करी तुक्याचा सांभाळ।

'देव दयाळ दयाळ, देव उदार उदार, देव चांगला चांगला'.. अत्यानंदाने तुकोबा हा संदेश दशदिशांना पोहोचविण्यासाठी धडपडतात. तुकोबांचं मन आता विठूत सामावलं. जिवाशिवाचं मीलन झालं. 'अंतर निमाले ब्रह्मरसे' हा अनुभव जसा घेतला तसाच्या तसा तो सांगणं अवघड आहे.

संताचिये गावी प्रेमाचा सुकाळ
नाही तळमळ दुःखलेप
तेथे मी राहीन होऊन याचक
घालतील भीक तेची मज।

आमच्या उद्धारासाठी संतांचा जन्म आहे. या खात्रीमुळे तुकोबा संतांकडे धाव घेतात. त्यांच्या चरणी माथा टेकून विनंती करतात की, तुम्ही देवाला माझी आठवण करून द्या. देव तुमचं नक्की ऐकतील. युक्तिवादातील तळमळ, चातुर्य, हुशारी या गोष्टींत तुकोबांचा हात कोणी धरू शकणार नाही. भाव जितका प्रामाणिक तेवढं चातुर्य जास्त. परमेश्वराच्या भेटीशिवाय जीवन अशक्य आहे.

इतकी विरहाकुल परिस्थिती तुकोबांशिवाय अन्य कोणाला सहन करावी लागली नसेल.

ओस झाल्या दिशा मज भिंगुळवाणे। जीवलग नेणे मज कोणी।
भय वाटे देखे श्वापदांचे भार। नव्हे मज धीर पांडुरंगा।
अंधकारापुढे न चालवे वाट। लागतील खुंट काटे अंगा।
एकला नि:संग फाकली मारग। भीती नव्हे लाग चालावया।
तुका म्हणे वाट दावूनि सद्गुरू। राहिला हा दुरू पांडुरंग।।

तुकोबांचं कठोर आत्मपरीक्षण आणि एकांतात केलेली कठोर साधना यामुळे विलक्षण भावुकता त्यांनी अनुभवली. मन निर्द्वंद्व हवं ही त्यांच्या मनाची आस.

भेटीलागी जीवा लागलीसे आस।
पाहे रात्रंदिवस वाट तुझी।।

पौर्णिमेचा चंद्र चकोरा जीवन।
तैसें माझें मन वाट पाहे।।

दिवाळीच्या मुळा लेकी आसावली।
पाहतसे वाटुली पंढरीची।।

भुकेलिया बाळ अति शोक करी।
वाट पाहे परि माऊलीची।।

तुका म्हणे मज लागलीसे भूक।
धावुनि श्रीमुख दावी देवा।।

तुकोबांच्या साधकावस्थेतील परमेश्वराच्या भेटीसाठीची अतितळमळ, तडफड म्हणजे पारमार्थिक जीवनातील असह्य अवस्था. आत्मज्ञानाची पहाट होण्यापूर्वीची अंधारी रात्र. प्रत्येक साधकाला या आत्मिक अवस्थेतून प्रवास करावा लागतो.

सेवि तोचि चवी जाणे।
येरा सांगता लाजिरवाणे।।

तुकोबा खरंच भाग्यवान, त्यांना त्यांचा पांडुरंग प्रत्यक्ष भेटला.

लवण मेळवितां जळें। काय उरले निराळें।
तैसा समरस झालो। तुजमाजी हरपलो।।
अग्नी कर्पूराच्या वेळी। काय उरली काजळी।
तुका म्हणे होती। तुझी माझी एक ज्योती।।

या भेटीनं मी स्वत:च आनंदी झालोय...

आनंदाचे डोहीं आनंद तरंग।
आनंदाचि अंग आनंदाचे।।
गर्भाचे आवडी मातेचा सोहळा।
तुका म्हणे तैसा ओतलासे ठसा।।
अनुभव सरिसा सुखा आला।

या स्वर्गीय आनंदाच्या अवस्थेत तुकोबा त्या आनंदमूर्तीची–पांडुरंगाची स्तुती करतात...

रूप पाहतां लोचनीं। सुख जालें वो साजणी।
तो हा विठ्ठल बरवा। तो हा माधव बरवा।।
सर्व सुखाचे आगर। बाप रखुमादेवीवर।

तुकोबा या आनंदघनाला शब्दाचं वैभव समजतात. सारस्वताचं सौंदर्य असलेले हे शब्द संस्कृतीचं रक्षण करतात. हे शब्दाचं वैभव त्यांनी ओळखलं. ही शब्दसंपत्ती आपल्याला पांडुरंगानं दिली आहे. आपण श्रीमंत आहोत. हा परमेश्वरी ठेवा लोकांपर्यंत द्यायला हवा.. ही उदात्त जाणीव होऊन तुकोबा शब्दरूपी देव मनामनांपर्यंत पोहोचवतात.

आम्हा घरीं धन शब्दांचींच रत्ने
शब्दांचीच शस्त्रें यत्न करूं।
शब्दचि आमुच्या जीवाचे जीवन
वाटू शब्द धन जन लोका।
तुका म्हणे पाहा शब्दचि हा देव
शब्देंचि गौरव पूजा करू।।

शब्दसंपत्तीचे रत्नजडित अलंकार म्हणजे तुकोबाचे अभंग, आपल्या संस्कृतीचा वारसा. हे अभगं म्हणजे विठूची केलेली पूजा. ही पूजा केवळ

स्वत:साठी नाही, तर समाजोद्धाराच्या तळमळीनं व्याकूळ झालेल्या मनाचा शुद्ध भाव या पूजेत गुंफला गेलाय. पांडुरंगाच्या प्रत्यक्ष भेटीमुळे तुकोबांचा आत्मविश्वास व्यक्त होतोय...

आम्ही वैकुंठवासी आलो याच कारणासाठी।
पिटूं भक्तीचा डांगोरा। कळिकाळासी दरारा।।

स्वार्थ संपला, अज्ञान नाहीसं झालं की तुकोबांसारखा साक्षात्कारी संत केवळ समाजहितासाठी जगतो. त्याच्यात अवघं विश्व सामावून जातं. म्हणजेच आत्मबोधाचा प्रकाश होतो. 'सर्व जन मज जाले लोकपाळ' ही तुकोबांची अवस्था अवर्णनीय आहे. यासाठी माझा जन्म आहे. तुकोबा पांडुरंगाचा संदेश समाजमनाला देऊ लागले. समाजाला तुकोबा साक्षात पांडुरंग भासले आणि तुकोबा पांडुरंग म्हणून जगू लागले.

फोडिलें भांडार। धन्याचा तो माल।
मी तो हमाल भारवाही।।

या भूमिकेचं त्यांना भान असल्यामुळे ते केवळ 'उरलो उपकारापुरता' या उत्कट आनंदाच्या अवस्थेत जगू लागले. स्वानुभवाचे बोल लोकांना सांगताना धन्य पावले. जगाच्या सुखासाठी सदा प्रयत्नशील असणारे संत तुकाराममहाराज आपला आदर्श व्हायला हवेत. भौतिक सुखापेक्षा आत्मिक सुखाचं मोल आयुष्यभर पुरणारं असतं, याची साक्ष तुकोबा स्वत: पटवून देतात. एक सामान्य वाणी आकाशाएवढा कसा झाला, याचं उत्तर केवळ चमत्कारात नाही तर प्रयत्नवादात आहे, हे आपल्याला समजतं. प्रयत्नवादी तुकोबाचे बोल ऐकावे – ते कृतीत आणावेत, अशी मनाला ओढ वाटते. तुकोबांची जनकल्याणाची तळमळ शिगेला पोहोचल्यामुळे ते समाजाला सतत सांगत राहिले... 'हे सारं जग विष्णुमय आहे, जगात सर्वांवर निरपेक्ष प्रेम करा' हे जाणून घेणं, तसं वागणं म्हणजे भागवतधर्माचं पालन करणं होय. 'एकमेका सहाय्य करू। अवघे धरू सुपंथ।' हा भागवतधर्माचा संदेश आचरणात आणा. असं वागणं म्हणजेच भक्तिमार्ग. हा भक्तिमार्ग अगदी सोपा आहे, तो तुमचा आहे. देवावर प्रेम करा म्हणजे तुम्ही सुखी व्हाल. अंतरंग स्वच्छ ठेवा. अंतरंग म्हणजे मन, बुद्धी, भावना, शुद्ध आचार–विचार आणि कृती. हा अंतरंगीचा सुगंध महत्त्वाचा. बाह्य सौंदर्य केवळ दिखाऊपणासाठी. मन शुद्ध पवित्र–सात्त्विक असलं तर शत्रूसुद्धा सोयरा होतो.

नरोटीची उपासना करण्यात जन्म वाया घालवू नका. तुकाराममहाराजांचं हे तत्त्वज्ञान अनुभवाच्या मुशीतून व्यक्त झालेलं आहे. 'अंतरीचे धावे स्वभावे बाहेरी।' इतक्या सहजपणे अनुभवांना शब्दरूप आल्यामुळे त्यांचं सौंदर्य मनाला भावणारं आहे. तुकोबा आपल्याला प्रेमानं आपल्या कल्याणासाठी चार हिताच्या गोष्टी सांगतात. असा प्रेमाचा विश्वास देणारे तुकोबांचे आत्मनिष्ठ, उपदेशपर अभंग सर्वसामान्यांना 'आधारवड' वाटतात. तुकोबा सांगतात – आयुष्यात शांतीसारखं दुसरं काही नाही. ही शांती भक्तीतून मिळते. शांत मन अहंकारापासून दूर असतं. माणुसकी जपण्यात त्याच्या जन्माचं सार्थक असतं. क्रोध हा शत्रू आहे. क्रोधामुळे आजार जडतात. वृत्ती सात्त्विक हव्यात. त्यासाठी मनाला नामस्मरणाचा छंद लागला पाहिजे. नामस्मरणामुळे देव आपल्या दारी आपल्या भेटीला येतो, ही तुकोबांची श्रद्धा. श्रद्धेमुळे आपला कणा ताठ होतो. नामस्मरणामुळे आपले मनोरथ पूर्ण होते.

नाम उच्चारिता कंठीं। पुढे उभा जगजेठी।
ऐसें धरोनिया ध्यान। मनें करावें चिंतन।।

नामामुळे जीवन विठूमय होतं हा अनुभव तुकोबांनी घेतला. नामामुळे शाश्वत सुखाचा, शांतीचा मार्ग मिळतो. 'नाम घेता उठाउठी। होय संसाराची तुटी।' नामस्मरणामुळे अनासक्त मनाने प्रपंच करता येतो. आत्मानंदाच्या सागरात पोहोचणाऱ्या तुकोबांनी विठूकडे काय मागितलं बघा...

लहानपण दे गा देवा। मुंगीसाखरेचा रवा।
ऐरावत रत्न थोर। त्यासी अंकुशाचा मार।।
ज्याचे अंगी मोठेपण। तया यातना कठीण।
तुका म्हणे जाण। व्हावें लहानाहुनि लहान।।

देवाजवळ लहानपण मागणाऱ्या तुकोबांची कीर्ती शिवाजीमहाराजांनी ऐकल्यामुळे महाराज तुकोबा या संतपुरुषाच्या भेटीला आले. भेटीपूर्वी नजराणा पाठविला. जो नजराणा तुकोबांनी (घरची परिस्थिती हलाखीची असताना) परत पाठवून दिला. सोनं-मोती-संपत्तीपेक्षा विठूची भक्ती महत्त्वाची वाटणाऱ्या तुकोबांनी शब्दरूपी भेट महाराजांना पाठवून दिली. स्वकर्तव्याची जाणीव करून देणारे शब्दवैभव अवर्णनीय आहे.

शिव तुझें नाम ठेविलें पवित्र।
छत्रपती सूत्र विश्वाचें कीं।।
आता योग साधावा हा नीट।
भल्याचा तो वीट मानू नये।।
जेणें योगें तुम्हा घडो पाहे दोष।
ऐसा हा सायास करूं नये।।
निंदक दुर्जन संग्रहीं असती।
त्यांची युक्ती चित्तीं आणू नका।।
परीक्षावे कोण राज्याचे रक्षक।
विवेका विवेक पाहुनिया।।
तुका म्हणे राया धन्य जन्म क्षिती।
त्रैलोकी हे ख्याती किर्ती तुझी।।

स्वराज्याची मुहूर्तमेढ रोवणाऱ्या शिवाजीमहाराजांनी तुकोबांचा उपदेश आचरणात आणल्यामुळे त्यांचं मनोरथ पूर्ण झालं. ज्या विचारांना, तत्त्वज्ञानाला नैतिक अधिष्ठानाचा पाया असतो तो विश्वरूप असतो. तुकोबांच्या अभंगगाथेतला विचारसुगंध विश्वात पोहोचवायला हवा. त्या विचारांच्या आचरणाने जग सुखी होईल. या अभंगात मन पवित्र करण्याचं सामर्थ्य आहे. फक्त हे अभंग, हे विचारधन गाथेत अडकून न पडता कीर्तन-प्रवचन-व्याख्यानांच्या माध्यमातून ते मनामनापर्यंत पोहोचवायला हवं. पोहोचविण्याचं व्रत असंख्यांनी स्वेच्छेनं स्वीकारायला हवं. भाविक, आशावादी मन म्हणतंय-

हेंचि दान देगा देवा।
तुकोबाचा विसर न पडावा।।

यासाठी तुकोबा - त्याचं आदर्श तत्त्वज्ञान, त्यांचा माणुसकीचा गहिवर आपल्या प्रत्येकाच्या श्वासात सामावून तो कृतीत उतरायला हवा. असं झालं तर माऊलींचं पसायदान प्रत्यक्षात येईल. तुकोबांनी आयुष्यभर भक्तिमार्ग आचरणात आणला. आयुष्याचा शेवट गोड होण्यासाठी अखेरच्या क्षणी मुखी विठूनाम हवं. जन्मभर विठूनामाचा गजर केला तर अखेरच्या श्वासातही ते सामावतं. या विचाराने तुकोबा आयुष्यभर भक्तिमार्गी राहिले.

याचसाठी केला होता अट्टाहास।
शेवटचा दीस गोड व्हावा।।

जन्म-मृत्यू या दोन्ही गोष्टी आपल्या स्वाधीन नसल्या तरी त्याचा विचार प्रत्येकाने करायला हवा. 'मरावे परी कीर्तीरूपे उरावे' हा सद्विचार माणसाला मृत्यूविषयीचं चिंतन सांगतो. 'स्मरण ठेवावे मृत्यूचे' हा विचार आपल्याला जगण्याचं भान देण्यासाठी आहे. मृत्यूचा म्हणजे शेवटच्या दिवसाचा विचार प्रत्येकानं जीवन जगताना केला पाहिजे. 'जन्म चांगला तर मृत्यू चांगला' हा विचार चांगलं जगण्याचं शहाणपण सांगतो. मृत्यू हा आनंदाचा सोहळा. मृत्यू म्हणजे या जन्मीचा शेवट नाही, तर पुढच्या जन्मीचा श्रीगणेशा आहे. मृत्यू फार सुंदर आहे. सुखासमाधानानं जगाचा घेतलेला निरोप म्हणजे मृत्यू. या मृत्यूची तुकोबांना विलक्षण ओढ होती. तुकोबांना जीवितकार्य संपल्याची जाणीव झाल्यावर त्यांचं मृत्यूविषयक चिंतन असलेल्या अभंगाचा जन्म झाला. ते कृतकृत्य मनानं मृत्युसोहळ्याचं वर्णन करतात.

आम्ही जातो आमुच्या गावा। आमुचा राम राम घ्यावा।।
तुमचि आमची हेचि भेटी। येथोनिया जन्म तुटी।।
आता असो द्यावी दया। तुमच्या लागतसे पाया।।
येतो निजधामी कोणी। विठ्ठल विठ्ठल बोला वाणी।।
रामकृष्ण मुखी बोला। तुका जातो वैकुंठाला।।

स्वत: पांडुरंग होऊन जाणारे तुकोबा उत्कट मनानं जगाचा निरोप घेत आहेत. निरोप घेताना ते जणू आपल्याशी प्रेमानं संवाद साधतात. माणूस हे देवाचं सुंदर प्रेमळ रूप आहे. त्याची सततची सोबत ही आपली जगण्याची सावली आहे. अद्वैताच्या जाणिवेमुळे स्वर्गीय सुख तुकोबांनी अनुभवलं.

जेथे जातो तेथे तू माझा सांगाती।
चालविसी हाती धरोनिया।।
चालो वाटे आम्ही तुझाचि आधार।
चालविसी भार सवे माझा।।
अवघे मज जाले लोकपाळ।
सोयरे सकळ प्राणसखे।।
तुका म्हणे आता खेळतो कौतुकें।
जाले तुज सुख अंतर्बाही।।

देह हे देवाचं पवित्र मंदिर आहे. देव होऊन देव जाणावा असं सांगणारे तुकोबा विश्वंभर आहेत. 'देह देवाचे मंदिर। आत्मा तेथे पांडुरंग।' ही अनुभूती आल्यामुळे आयुष्याचं सोनं झालं. 'देह देवाचे कारणी' - 'देह झालासे पांडुरंग' या अनुभूतीमुळे 'तुका सर्वांगे विश्व' होऊन जगले. मोक्षसुखाचा अमृतानुभव त्यांना आला. पारमार्थिक मरणाचा सोहळा त्यांनी अनुभवला. (अहंकाराला मरण आलं)

आपुलें मरण पाहिलें म्या डोळां।
तो जाला सोहळा अनुपम्य।।
आनंदें दाटली त्रिभुवने।
सर्वात्मकपणें भोग झाला।।

आत्मस्थितीचा अनुभव म्हणजे पारमार्थिक प्रवासातली पूर्णावस्था, परमानंदाची परमावली. परमानंदाच्या बेभान अवस्थेत फाल्गुन वद्य द्वितीयेला, भर दुपारच्या प्रहरी, नांदुरकीच्या झाडाखाली, पाराजवळ तुकाराममहाराज टाळकऱ्यांच्या सुरात सूर मिसळून कीर्तन करू लागले. भर दुपारीही देहूगाव कीर्तनाला लोटला. गावकऱ्यांची तुकोबावर अभंग श्रद्धा। 'जय जय रामकृष्ण हरी'चा गजर झाला. अवघं देहूगाव या गजराने मंत्रमुग्ध झालं. तुकोबांचं आजचं तेज काही विलक्षण होतं. कमालीची प्रसन्नता मुखावर विलसत होती. या तेजामुळे गावकऱ्यांना साक्षात पांडुरंग कीर्तन करतोय, असा आनंद मिळाला. पांडुरंग आपल्यासाठी कीर्तन करतोय, या अत्यानंदात गाव नाचू-गाऊ लागलं. देहभान हरपलं. जिवाचा कान करून ते ऐकू लागले. पांडुरंगाचं रूप डोळ्यात-मनात साठवू लागले. तुकाराम भान हरपून गाऊ लागले.

आलिया संसारा उठा वेग करा।
शरण जा उदारा पांडुरंगा।।
देह हे देवाचे धन कुबेराचें।
तेथे मनुष्याचें काय आहे।।
देता देवविता नेता नेवविता।
तेथे याची सत्ता काय आहे।।
निमित्ताची धणी केला असे प्राणी।
माझे माझे म्हणोनि व्यर्थ गेला।।

तुका म्हणे का रे नाशवंतासाठी।
देवासवे आटी पाडितोसि ।।

'माझ्या प्रेमळ भाविक भक्तांनो, विठूच्या लाडक्या लेकरांनो, आज कृतकृत्य मनानं, आनंदानं मी तुमचा निरोप घेणार आहे. माझं जीवितकार्य संपलंय. समाधानानं मी वैकुंठाला चाललोय. तुमचं प्रेम, श्रद्धा मला सतत वंदनीय आहे. मी तुमचा ऋणी आहे. एका गोष्टीचं स्मरण ठेवा - पांडुरंगाला भजा. तोच आपल्या जीवनाचा आधार आहे. मनापासून भक्ती करा. तो तुम्हाला नक्की भेटेल. अखंड नामस्मरण करा. संत सहवास धरा. दया, क्षमा, शांती अंगी बाणवा. जग प्रेमानं जिंका. रंजल्यागांजलेल्यांची सेवा करा. देव आठवा आणि मला प्रेमानं निरोप द्या. पांडुरंग...पांडुरंग...पांडुरंग...' असं गुणगुणत तुकोबा देवाच्या वाटेनं निघाले. भजन करत करत पैलतीराकडे चालू लागले. डोळ्यात प्राण आणून गावकरी तुकोबाकडे बघत होते.

पैल आले हरी। शंख चक्र शोभे करी।।
चतुर्भुज वैजयंती। कंठी माळ रूळती।।
तुका झाला संतुष्ट। घरा आले वैकुंठपीठ।।

असं म्हणत म्हणत तुकोबा पांडुरंगाबरोबर चालू लागले.

आम्ही जातो तुम्ही कृपा असो द्यावी।
सकळा सांगाती विनंती माझी।।
वाढवेळ झाला उभा पांडुरंग।
वैकुंठा श्रीरंग बोलावितो।।
अंतकाळी विठो आम्हासि पावला।
कुडिसहित तुका गुप्त जाहला।।

अभंग संपला. गावकरी प्रेमानं डोलतच राहिले. त्यांचं भान हरपून गेलं होतं. अचानक वारं घोंगावू लागलं. वादळामुळे धूळ उडाली. पाखरांची किलबिल कानी पडली. वासरं भीतीनं सैरावैरा पळू लागली. भर दुपारी काळोखाचं साम्राज्य पसरलं. गावकऱ्यांची तंद्री भंग पावली. ते सावध झाले. अंधारात त्यांना काही दिसेना. ते गोंधळून गेले. चेंगराचेंगरी झाली. काय होतंय ते समजेना झालं ! दिशा ओस पडल्या, भिंगुळवाणं वाटू लागलं. एकच गोंधळ झाला. गावकरी धावू लागले. इंद्रायणीच्या शांत प्रवाहात लाटा उसळल्या. थोड्या वेळानं वादळ

संपलं. शांतता पसरली; पण ती शांतता हवीशी वाटत नव्हती. आपण कुठे आहोत, हे गावकऱ्यांना समजेना. आपला तुकोबा कुठाय? तोही त्यांना दिसेना. ते कावरेबावरे झाले. तुकोबांना शोधू लागले. पारावर टाळकरी होते; पण त्यांचा 'तुका' मात्र त्यांना कुठे दिसेना. कसा दिसणार? तुकाराममहाराज पांडुरंगाबरोबर वैकुंठाला जाऊन पोहोचले होते. सुखाच्या माहेरी विसावले होते. 'नित्य नवा दीस जागृतीचा' हा अनुभव घेणारे तुकाराममहाज पांडुरंगी विलीन झाले हाते. शेवटचा दिवस अमृतमयी झाला. 'सर्वेपि सुखिना सन्तु।' या वैदिक प्रार्थनेत जगाच्या सुखाचा सद्भाव आहे. भेदाभेद सोडून दिल्याशिवाय मानवी संस्कृती सुखी होणार नाही. समतेचा संदेश देणारे, जगाच्या उद्धारासाठी अवतार घेणारे तुकाराममहाराज वैष्णवांना अखेरचं सांगतात...

विष्णुमय जग वैष्णवांचा धर्म।
भेदाभेद भ्रम अमंगळ।
आईका जी तुम्ही भक्त भागवत।
कराल तें हित सत्य करा।।
कोणाही जीवाचा न घडो मत्सर।
वर्म सर्वेश्वर – पूजनाचे।
तुका म्हणे एका, देहाचे अवयव।
सुख दुःख जीव भोग पावे।।

❐

समर्थ भेटी पुण्यराशी

महाराष्ट्र चेतवून जागृत करण्याचं फार मोठं कार्य संत एकनाथ, तुकाराम, रामदास, छत्रपती शिवाजी यांनी केलं. महाराष्ट्रधर्म, महाराष्ट्रीय लोक आणि मराठी भाषा यांचं तेज जनमानसापर्यंत पोहोचवून महाराष्ट्रधर्म वाढविण्याचं काम समर्थ रामदासांनी केले. 'वन्ही तो चेतवावा' अशी गर्जना करून महाराष्ट्रात ब्राह्मतेज व क्षात्रतेज जागविण्याचं श्रेय समर्थांचे! समर्थांची वाणी व शिवरायांचा पराक्रम एकत्र आल्यामुळे महाराष्ट्राचे 'आनंदवनभुवना'त रूपांतर झाले. नाथ-तुकोबांनी भागवतधर्माचा जयजयकार करून महाराष्ट्राची मनोभूमी शुद्ध केली आणि समर्थ-शिवाजी यांनी या पुण्याईवर स्वराज्याची भव्य इमारत बांधली. हे काम अती जिकिरीचं होतं. महाराष्ट्राचं चैतन्य पार मावळलं होतं. रामरायांच्या तपोभूमीत मुसलमानांनी धुडगूस घातला होता. कुणाच्या आयुष्याचा भरवसा वाटत नव्हता. चहूकडे गोंधळ माजला होता. लोकांचा आचार, विचार, नीती सोडून गेली होती. पर्जन्यराजा कोपला. रोगराईने माणसं-गुरं पटापट मरू लागली. अशा मोगलाईत स्त्रियांना जगणं अवघड होऊ लागलं. आभाळ फाटलं. अशा प्रतिकूल काळात महाराष्ट्राला चैतन्य देणारे खणखणीत शब्द कानी पडले... 'धीर धरा. सावध व्हा. गडबडून जाऊ नका. गोंधळू नका. दम सोडू नका. समर्थांच्या सेवकाकडे वाकड्या नजरेनं पाहील असा अवघ्या भूमंडळात कुणीही नाही.'

धिर्धरा धिर्धरा तक् वा।
हडुबडू गडबडू नका।।
समर्थाचिया सेवका वक्र पाहे।
असा सर्व भूमंडळी कोण आहे?।।

जांब नावाच्या खेड्यात ठोसर नावाचे एक कुलकर्णी होते. त्याचं नाव सूर्याजीपंत, बायकोचं नाव राणूबाई. दोघेही देवभक्त होते. भक्तिमार्गी, सरळमार्गी सूर्याजीपंतांवर लोकांची अपार श्रद्धा होती. सूर्याची उपासना करणाऱ्या सूर्याजीपंतांचा सेवाभाव, पूजाभाव मोठा होता. सूर्योदयापूर्वी स्नान करून ते सूर्याला अर्घ्य द्यायचे. सूर्योदयानंतर भोजन असा त्यांचा नित्यनियम होता. एकदा सूर्यनारायणाचं ध्यान करत असताना त्यांना सूर्यनारायणाचं दर्शन झालं. तो आपल्याशी बोलतोय असं वाटलं... माझ्यासारखे तेजस्वी दोन महान पुत्र तुझ्या घरी जन्म घेतील... अशी आकाशवाणी झाली. सूर्याजीपंत-राणूबाई यांना आनंद झाला. इ.स. १६०८ मध्ये रामनवमीला नारायणाचा जन्म झाला. वडीलपुत्र गंगाधर इतिहासाला रामी रामदास या नावाने माहीत झाले, तर नारायण संत रामदास म्हणून नावारूपाला आले.

समर्थांचे बालपण खेळण्या-बागडण्यात गेले. तीव्र उपजत बुद्धी, उत्तम पाठांतर, वळणदार अक्षर, उत्तम गळा या गुणांनी युक्त असलेल्या नारायणाची १२ वर्षे शिक्षणात गेली. आठव्या वर्षी उपनयन झाले. समर्थ अवघे सात वर्षांचे असताना सूर्याजीपंत निजधामाला गेले. गंगाधरपंतांना वडिलांकडून रामोपदेश मिळाला होता. नारायणाची तीव्र इच्छा असूनही लहान वय आणि अतिहूडपणा यामुळे गंगाधरपंतांनी उपदेश देण्यास नकार दिला. नारायणाला हे आवडले नाही आणि तो रागावून गावाबाहेरच्या मारुतीच्या देवळात गेला. तेथे त्याला रामदर्शन झाले. अनुग्रह झाला. या वेळी नारायण आठ वर्षांचा होता. त्याच्या उत्कट भक्तिभावामुळे त्याला अनुग्रह झाला.

राघवाची भक्ति सुखाची विश्रांती।
पितयाची शांति झाली पुढे।।
पुढे ज्येष्ठ बंधु न सांगेचि काही।
सुखे देवालयी निद्रा केली।।
निद्रा केली तेथे श्रीरामे उठवोनि।
तोचि मंत्र कानी सांगितला।।

समर्थांचे - नारायणाचे बालपणापासून गृहकृत्यात लक्ष नसे. संसारात त्यांचे मन रमत नसे. राणूबाई संसाराची चिंता करायला सांगायची; पण रानावनात मित्रांबरोबर दंगा करण्यात नारायणाला मजा वाटायची. एकदा आईचा उपदेश

ऐकून नारायण घरातल्या अंधाऱ्या खोलीत जाऊन बसला. खूप शोधाशोध केली तरी नारायण सापडेना. राणूबाई कामानिमित्त त्या खोलीत गेल्या – तेव्हा त्यांना नारायणाचा पाय लागला. ‘‘इथे का बसलास? काय करतोस?’’ असं विचारल्यावर ‘‘आई, चिंता करितो विश्वाची।’’ असं उत्तर त्याने दिलं. आईला आश्चर्य वाटलं, आनंद झाला. आपल्या मुलाच्या कार्याची, वृत्तीची तिला खरी ओळख पटली.

राणूबाईंनी नारायणाजवळ लग्नाचा विषय काढला. तर तो उठून वनात निघून गेला. सगे-सोयरे शोधायला गेले तर तो नारायण एका उंच झाडाच्या फांदीवर बसून झोके घेत होता. लोक आता आपल्याला घरी घेऊन जाणार असं वाटून त्याने नदीत उडी मारली. उडी एका खडकावर पडली. डोक्याला टेंगूळ आले. ती खूण जन्मभर राहिली. ‘भाळी आवाळू असे.’ आईने नारायणाला लग्नबेडीत बांधायचे ठरविले. आईच्या वचनाबाहेर न जाणाऱ्या नारायणाने कबुली दिली. आईने त्याच्याकडून शब्द घेतला. ‘अंतरपाठ धरीपर्यंत नाही म्हणणार नाही.’ आई तयारीला लागली. मामाची मुलगी वधू म्हणून निश्चित केली. वऱ्हाड जांबेला आलं. सीमांतपूजन, वाङ्‌निश्चय झाले. फाल्गुन वद्य अष्टमीला ११ घटकेचा मुहूर्त होता. मंगलाष्टके सुरू झाली. ‘सावधान’ हा शब्द कानी पडला. नारायणाने झुकांडी दिली आणि तो निसटला... तो थेट गोदातीरी गेला. स्वत: सावधान झालेल्या नारायणाने पुढे अवघ्या जगाला ‘सावधान’ केले.

संसारव्यथा ज्या ठिकाणी नष्ट होतात त्या गोदातीरी समर्थ आले. जांबेहून निघाले ते गोदावरीच्या काठाकाठाने ११ दिवसात पंचवटीला येऊन पोहोचले. गोदावरीत स्नान करून श्रीरामाचे दर्शन घेतले. तपश्चर्येसाठी त्यांना ही जागा योग्य वाटली. नंदिनी या नदीच्या काठाजवळचे टाकळी हे ठिकाण त्यांना भावलं. गर्द झाडी व जवळच गोदावरी-नंदिनी यांचा संगम. संगमावर पहाटे स्नान करून सूर्योदयापासून मध्यान्ह कालापर्यंत गंगेत एका पायावर उभं राहून गायत्री पुरश्चरण समर्थांनी केले. मध्यान्ही सिद्धभिक्षा मागावी. रामरायाला नैवेद्य दाखवून प्रसाद द्यावा. ग्रंथअध्ययन, कथाकीर्तन करावे आणि सायंकाळी टाकळीला मुक्कामाला यावे, असा दिनक्रम सुरू झाला. टाकळीला कठोर तपश्चर्येसाठी समर्थ १२ वर्षे राहिले. १३ कोटी रामनामाचा जप आणि तीन गायत्री पुनश्चरण झाली. टाकळीला खोल गुंफा करून त्यात त्यांनी मुक्काम केला. टाकळी ही समर्थांची पवित्र तपोभूमी.

नेणता भक्त मी तुझा।
बुद्धि दे रघुनायका।।

असं रामरायाला विनंती करणाऱ्या, रामरायाची मनी गोडी वाटणाऱ्या समर्थांची भक्ती म्हणजे कडकडीत वैराग्य होतं.

जठरी लागो क्षुधा होत नाना आपदा।
भक्तिप्रेम कदा न संडी सत्य।।१।।
शब्द न फुटे तरी चिंतीन अंतरी।
भक्तिप्रेम परी न संडी सत्य।।२।।
नानापरी आघात चिरकाळ होत।
भक्तिप्रेमामृत न संडी सत्य।।३।।
म्हणे रामीरामदास वरी पडो आकाश।
राघवासी कास न संडी सत्य।।४।।

गोदानंदिनीच्या संगमात समर्थ एका पायावर उभे राहून गायत्री पुरश्चरण करायचे. मांड्यांपर्यंतच्या खालच्या भागाला मासे चावायचे. त्यामुळे तो पाय पांढरा होऊन गेला. घोर अरण्यात हिंस्र श्वापदांची भीती होती; पण रामचिंतनात व्यग्र असलेल्या मनाला कशाची चिंता नव्हती. अखंड रामनामामुळे समर्थचित्त गंगाजलासारखं पवित्र झालं होतं. या अनुष्ठानाच्या काळात 'आमुचा कैवारी हनुमान' या श्रद्धेमुळे समर्थांना अनेक दृष्टान्त झाले. साक्षात्कार जनी सांगू नयेत, या श्रद्धेमुळे दृष्टान्त अबोल राहिले. कठोर तपश्चर्येमुळे एखाद्या तपस्व्याचं तेज समर्थांना आलं. समर्थांचा मोठेपणा जनसामान्यांना मान्य करणं अवघड होतं. कारण संतत्व मान्य करायला अंगी संतत्व लागतं. नाना प्रकारचे तर्क समाजमनात चालू होते. निंदा, निर्भर्त्सना याकडे दुर्लक्ष समर्थांना करावं लागत होतं. लहान वयात इतकी कठोर तपश्चर्या अवघड असली तरी समर्थांनी प्रयत्नांनी ती शक्य करून दाखवली. तीन वर्षांच्या कडकडीत तपश्चर्येची प्रचिती जनाला येणारा एक चमत्कार घडला.. समर्थ संगमावर ब्रह्मयज्ञ करीत होते. अन्नपूर्णा नावाची स्त्री समर्थांजवळ आली. तिने समर्थांना नमस्कार केला. तिचा पती गिरिधर मृत पावला होता. ती सती निघाली होती. समर्थांनी स्वसामर्थ्याने गिरिधराला जिवंत केले. या प्रसंगी समर्थांचे वय होते पंधरा. गिरिधर - अन्नपूर्णा यांचा पुत्र उद्धव हा समर्थांचा पहिला शिष्य. तो समर्थांजवळ राहू लागला.

१३ कोटी जप पूर्ण करून समर्थ तीर्थाटनाला निघाले. उद्धवाला समर्थांबरोबर जायचे होते. तेव्हा समर्थांनी त्याला अनुग्रह दिला. त्याच्यासाठी स्वत: गोमयाची मारुतीची मूर्ती केली. तिची प्राणप्रतिष्ठा करून रामरायाच्या आज्ञेनं समर्थ तीर्थाटनाला गेले. पंचवटीहून निघाले ते तडक काशीला जाऊन पोहोचले. समर्थांनी तीर्थयात्रेच्या निमित्ताने सारा भारतखंड पालथा घातला. प्रयाग, गया इथे जाऊन समर्थ परत काशीला आले. काशीला हनुमंत घाटावर समर्थांनी मारुतीची स्थापना केली. नंतर अयोध्येला समर्थ वर्षभर राहिले. या साऱ्या भ्रमंतीत समर्थांना शिष्यपरिवार मिळाला. शिष्यांना रामभजनी लावण्याचे कार्य समर्थांनी तळमळीने केले.

'पायी तीर्थयात्रा मुखी रामनाम' अशा पद्धतीने तीर्थयात्रा करून समर्थ महाराष्ट्रात परत आले. समर्थांना आता एकांताची गोडी वाटू लागली. 'गजबज मज आता सर्वथा आवडेना' ही त्यांची मन:स्थिती झाली. बारा वर्षांची दोन तपे तपश्चर्या व तीर्थयात्रा यात गेली. २४ वर्षांत मातृभक्त समर्थांना आईचा वियोग सहन करावा लागला. या २४ वर्षांत तपश्चर्येचे तेज शरीरावर आले होते. सूर्याची आराधना करणारे समर्थ नियमित बाराशे सूर्यनमस्कार घालायचे. त्यामुळे पिळदार शरीर प्राप्त झाले होते, असे हे तेजस्वी समर्थ 'जय जय रघुवीर समर्थ' अशी गर्जना करत जांब या गावी घराच्या अंगणात येऊन उभे राहिले. आईच्या पायावर डोके ठेवून दृष्टी गेलेल्या आपल्या मातेला 'मीच तुझा नारायण तुला नमस्कार करत आहे' असं म्हणाले. मायलेकरांची भेट झाली. अश्रूंच्या महापुरात प्रेमाचा वर्षाव झाला. घर आनंदाने नाचू - गाऊ लागलं.

समर्थ भवानीच्या रूपात आई व आईच्या रूपात भवानी पाहत असत. मातृहृदयाची समर्थांना जाणीव होती. मातेचं वर्णन करताना समर्थांच्या शब्दांचं सामर्थ्य अवर्णनीय आहे. ते म्हणतात...

तू सर्व सुखांची मूस। तू आनंद रत्नांची मांदूस।
तुझेनि चुकती सायास। संसारीचे।।
विवेकनिधी केवळ। अंतर शुद्ध निर्मळ।
ज्ञानदीप प्रबळ। तुमचे ठायी।।

भारताच्या आध्यात्मिक इतिहासातील एक भावपूर्ण प्रसंग समर्थ व त्यांच्या मातेचा भेटीचा आहे. इतक्या वर्षांनंतर राणूबाईंना मुलगा भेटल्यानंतर त्याला

डोळ्याने पाहावे असं त्या माऊलीला वाटलं; पण दृष्टी गेल्यामुळे माऊली त्या आनंदाला मुकली होती. माऊलीच्या या भावनिक दु:खाने त्या बलदंड शरीराच्या समर्थांचं मन द्रवलं. रामभक्त समर्थांनी रामरायांचं स्मरण केलं. उजव्या हाताच्या बोटांनी मातेच्या डोळ्यांना स्पर्श केला. समर्थशक्तीची, रामभक्तीची, मातृभक्तीची ती परीक्षा होती. शक्ती-भक्तीचा विजय झाला आणि राणूबाईंना दृष्टी आली.

आईवर निस्सीम भक्ती असतानासुद्धा समर्थांनी घराचा-मातेचा त्याग केला. याचं आपल्याला आश्चर्य वाटतं. रामाच्या सख्यत्वासाठी मातृभक्तीचा त्याग समर्थांनी केला.

देवाच्या सख्यत्वाकारणे। आपले सौख्य सोडून देणे।।
अनन्यभावे जीवेंप्राणें। शरीर तेही वेचावे।।
देवाच्या सख्यत्वासाठी। पडाव्या जिवलगांसी तुटी।।
सर्व अर्पावे शेवटी। प्राण तोंही वेचावा।।

समर्थांनी आईला चातुर्मासात पुराण सांगितले. राणूबाईंना आनंद झाला. कपिलउद्धाराची कथा समर्थांनी निवडली. लोकोद्धाराचे काम अंगावर घेण्यापूर्वी समर्थांनी आपल्या मातेचा उद्धार केला. ज्ञानबोधाचे अमृत आईला दिले. माता प्रसन्न झाली आणि जगाच्या उद्धारासाठी जन्म घेतलेल्या आपल्या पुत्राला तिनं तोंड भरून आशीर्वाद दिला. जगाच्या उद्धारासाठी तू जा, अशी आज्ञा केली आणि समर्थांचं जीवितकार्य सुरू झालं.

भारतभर भ्रमंती केलेल्या समर्थांनी समाजमनाची नाडी ओळखली होती. हिंदू समाज संघटित करण्याची गरज त्यांना वाटली. उत्सवाच्या निमित्तानं समाजाला एकत्र आणून त्यांची धार्मिक अस्मिता जागृत करण्याचा घाट त्यांनी घातला. देवाचा उत्सव मोठ्या जल्लोषपूर्ण वातावरणात करण्याचं त्यांनी ठरविलं. देवाच्या उत्सवाच्या निमित्ताने त्यांच्यातलं नीतिधैर्य उसळी मारून वर येईल, याची समर्थांना खात्री होती. समर्थांनी समाजाला रामाची सेवा करण्याचा संदेश दिला. समर्थांनी असंख्य मठ-मंदिरांची स्थापना केली. या मंदिरात समाजाला एकत्र आणलं. समाजमनात नवचैतन्य निर्माण करण्यासाठी रामनवमी आणि हनुमानजयंती हे उत्सव सुरू केले. समर्थांनी अकरा मारुतीची स्थापना केली. रामरायाची मूर्ती स्थापन करून मिरवणुकीची प्रथा समर्थांनी सुरू केली. प्रत्येकाला रामाचा उत्सव म्हणजे आपल्या घरचं कार्य वाटलं. 'हरहर महादेव' आणि 'जय

जय रघुवीर समर्थ'च्या गर्जनांनी समाजमन पेटून उठलं. गावातील लहान पोरांना चैतन्य आलं. समर्थांच्या ओव्या कानामनात एखाद्या पवित्र मंत्रासारख्या घुमू लागल्या.

देव मस्तकी धरावा। अवघा हलकल्लोळ करावा।।
मुलुख बडवा की बुडवावा। धर्मस्थापनेसाठी ।।
उदास वृत्तीस माने जग। विशेषे हरिकथा निरूपण।।
रामकथा ब्रह्मांड भेदून। पैल्याड न्यावी।।
देव म्हणिजे आपुला प्राण। प्राणास न करावे निर्वाण।।
परम प्रीतीचे लक्षण। ते हे ऐसे असे।।

आपल्या मनातील भक्तिभावाचा उद्रेक करायची संधी समर्थांनी समाजमनाला दिली. समाजमन या पौरूषेय भक्तीने मोकळं झालं. समर्थांना शिष्य मिळाले. चाफळला मोठे राममंदिर उभे राहिले. रामनवमीचा उत्सव मोठ्या प्रमाणात साजरा करण्यासाठी समर्थभक्त कामाला लागले. घरोघरी जाऊन भिक्षा मागण्याचा संदेश समर्थांनी दिला. दारी उभं राहून आपण आल्याची वर्दी देण्यासाठी 'मनाच्या श्लोका'ची निर्मिती झाली. समर्थभक्त दारादाराशी उभं राहून धीरगंभीर आवाजात श्लोक म्हणू लागले...

सदा सर्वदा देव सन्निध आहे।
कृपाळूपणे अल्प धारिष्ठ्य पाहे।।
सुखानंद आनंद कैवल्यदानी।
नुपेक्षी कदा देव भक्ताभिमानी।।
समर्थाचिया सेवका वक्र पाहे।
असा सर्व भूमंडळी कोण आहे।।
जयाचि लिला वर्णिती लोक तिन्ही।
नुपेक्षी कदा राम दासाभिमानी।।

समर्थांनी सांगितलेल्या भिक्षासंस्कृतीमुळे धान्याची व पैशाची रास गोळा झाली. भिक्षा थांबवायची परिस्थिती निर्माण झाली. हजारो माणसे चाफळला राममूर्तीच्या प्राणप्रतिष्ठेसाठी जमा झाली. प्रत्येक जण प्रसादाच्या जेवणाने संतुष्ट होऊन घरी परतला. 'न भूतो न भविष्यती' असा उत्सव साजरा झाला.

शिवाजीमहाराजांनी हिंदी स्वराज्याच्या संस्थापनेला प्रारंभ केला होता. त्यात सतत विघ्नं येत होती. त्यामुळे आपल्या या कार्याला भगवंताचं अधिष्ठान हवं असल्याची जाणीव त्यांना झाली. साधुसंतांच्या आशीर्वादासाठी महाराज पुण्यात आले. देहू गावातील तुकारामहाराजांची भेट घेतली. तुकोबांनी शिवरायांना रामदासस्वामींकडे पाठविले.

राया छत्रपती। ऐकावे वचन। रामदासी मन। लावी वेगीं।।
रामदास स्वामी। सोयरा सज्जन। त्यासी तनमन। अर्पी बापा।
मारुती अवतार। स्वामी प्रगटला। उपदेश देईल। तुजलागी।।

समर्थांना शिवरायांच्या भेटीची ओढ होती. छत्रपतींची छावणी वाईला असताना समर्थांनी आपल्या शिष्यांसमवेत शिवरायांना पत्र पाठविले.

।। श्री गणेशाय नमः ।।

निश्चयाचा महामेरु। बहुत जनासी आधारु।
अखंड स्थितीचा निर्धारु। श्रीमंत योगी।।१ ।।
परोपकाराचिया रासी। उदंड घडती जयासी।
तया गुणा महत्त्वासी। तुळणा कैंची।।२ ।।
नरपति हयपति गजपति। गडपति भूपति जळपति।
पुरंदर आणि आदिशक्ती। पृष्ठीभागी ।।३ ।।
येशवंत कीर्तिवंत। सामर्थ्यवंत वरदवंत।
पुण्यवंत नीतिवंत। जाणता राजा।।४ ।।
आचारसीळ विचारसीळ। दानसीळ धर्मसीळ।
सर्वज्ञपणे सुसीळ। सकळा ठाई।।५ ।।
धीर उदार आणि सुंदर। शूर क्रियेसी तत्पर।
सावधपणे नृपवर। तुछ केले।।६ ।।
तीर्थक्षेत्रे ते मोडली। ब्राह्मणे स्थान भ्रष्ट जाली।
सकळ पृथ्वी आंदोळली। धर्म गेला।।७ ।।
देव धर्म गोब्राह्मण। करावया संरक्षण।
हृदयस्थ जाला नारायण। प्रेरणा केली।।८ ।।

शूर पंडित पुराणिक। कवेश्वर वैदिक याज्ञिक।
धूर्त तार्किक सभानायेक। तुमचा ठाई।।९।।
या भूमंडळाचे ठाई। धर्म रक्षी ऐसा नाही।
मऱ्हाष्टधर्म राहिला काही। तुम्हाकरिता।।१०।।
आणिक ही धर्मकृत्ये चालती।
आश्रित होऊन कितेक असती।
धन्य धन्य तुमची किर्ती। विश्वी विस्तारली।।११।।
कित्येक दुष्ट संव्हारिला। कितेकांसी धाक सुटला।
कितेकांसी आश्रयो जाला। शिवकल्याण राजा।।१२।।
तुमचे देसी वास्तव केले। काये नेणो।।१३।।
सर्वज्ञ मंडळी धर्ममूर्ती। सांगण काये तयांप्रती।
धर्मस्थापनेची कीर्ती। सांभाळिली पाहिजे।।१४।।
राजकारण उदंड टाटले। तेणें चित्त विभागले।
प्रसंग नस्ता लिहिले। क्षमा केले पाहिजे।।१५।।

महाराजांनी पत्र वाचले. मस्तकी धारण केले आणि स्वामींच्या भेटीसाठी चाफळला रवाना झाले. वैशाख शुद्ध नवमी. गुरूवार, १२ एप्रिल १६४९. शिंगणवाडीला समर्थ रामदास व शिवाजीमहाराज यांची भेट झाली. तुळजाभवानीचे दोन पुत्र, ईश्वराचे अवतार एकमेकांना भेटले. समर्थांनी शिवरायांना शिंगणवाडीच्या मारुतीच्या साक्षीने हृदयाशी धरले. एक योद्धा संन्यासी दुसऱ्या संन्यस्त योद्ध्याला भेटला. दोन पराक्रम एकत्र आले आणि महाराष्ट्राच्या इतिहासात धर्मकारण व राजकारण यांचा समन्वय झाला. उभा महाराष्ट्र ब्राह्मतेज व क्षात्रतेजाच्या मीलनाने कृतकृत्य झाला.

सामर्थ्य आहे चळवळीचे। जो जो करील तयाचे।
परंतु तेथे भगवंताचे। अधिष्ठान पाहिजे।।

शिवरायांच्या सामर्थ्यशाली चळवळीला रामदासांच्या रूपाने भगवंताचे अधिष्ठान मिळाले.

विश्वचिंता बालपणापासून वाहणाऱ्या समर्थांची श्रीराम, मारुती व तुळजाभवानी ही प्रमुख दैवते होती. भारतभ्रमणात सर्व नि:शस्त्र देवांना समर्थ

हातात शस्त्र घेऊन युद्धाला सज्ज व्हा, अशी प्रार्थना करायचे. भ्रमंतीत त्यांनी देशस्थितीचे निरीक्षण, अभ्यास केला. चिंतनातून त्यांच्या मनी सशस्त्र क्रांतीचे वादळ उठले. पंढरीच्या पांडुरंगाला त्यांनी विचारले...

येथे उभा का श्रीरामा। मनमोहन मेघ:श्यामा।
काय केले चापबाण। कर कटावरी ठेऊन।।
काय केले वानरदळ। इथे जमविले गोपाळ।

परशुरामाला ते म्हणतात..

किती येक मागे बहु युद्ध केले।
किती वेळ या ब्राह्मणा राज्य दिल्हे।।
अकस्मात सामर्थ्य ते काय जाले।
युगासारिसे काय नेणो विझले।।

तुळजापूरच्या भवानीमातेशी समर्थ संवाद साधतात...

दुष्ट संव्हारिले मागे ऐसें उदंड ऐकिलें।
परंतु रोकडे काही मूळ सामर्थ्य दाखवी।।
तुझा तूं वाढवी राजा सीघ्र आम्हाचीं देखता।
मागणे येकचि आता द्यावे ते मजकारणे।।
रामदास म्हणे माझे सर्व आतूर बोलणे।
क्षमावे तुळजामाते इच्छा पूर्णचि ती करी।।

काळाच्या गरजेनुसार सर्व देवांना त्यांच्या कर्तृत्वाची आठवण करून देणारे समर्थ रामदास समाजासाठी देव होते. समर्थांनी स्थापन केलेल्या हनुमान मंदिरात व्यायामाचा मंत्र घुमत होता. मंदिर म्हणजे त्या काळच्या व्यायामशाळा. समाजाला शक्तीचे, बलदंड शरीराचे महत्त्व सांगणारे रामदास स्वत: शक्तीचे उपासक होते. तरुणांना संघटित करून त्यांना शक्तिशाली हिंदू समाज घडवायचा होता. 'शक्तीने पावती सुखे। शक्ती नसता विटंबना' हा संस्कार समर्थांनी केला. हनुमंती आरती समाजाला दिली.

धकाधकीचा मामला। कैसा कळे अशक्ताला।
नाना बुद्धी शक्ताला। सीकवीत जाण्या।।
शक्तीने मिळती राज्ये। युक्तीने यत्न होतसे।
शक्ती युक्ती जये ठाई। तेथे श्रीमंत धावती।।

जग दुर्बलांचे नाही. देव शक्तिशाली लोकांचा पाठीराखा आहे. 'बळी तो कान पिळी' हा व्यवहाराचा कायदा समर्थ समाजाला पटवून देतात. साडेतीनशे वर्षांच्या अखंड अत्याचारांमुळे, अन्यायामुळे भारतखंड दुबळा झाला होता. या दुबळ्यांना समर्थशक्ती देण्याचा विडा समर्थांनी उचलला होता. हिंदू स्त्रियांवरील अत्याचार बघून बलदंड शरीराचे समर्थ अस्वस्थ व्हायचे.

जयास वाटे जीवाचें भय। तेणें क्षात्रधर्म करूं नये।

असा कडकडीत सल्ला देऊन समर्थ क्षात्रतेज जागवत होते. शक्तिशाली हिंदू समाजाचे स्वप्न रंगवत होते.

धर्माकरिता मरावे। मरोनि अवघ्यांसि मारावे।
मारिता मारितां द्यावें। राज्य आपुलें।

समर्थांची ही शिकवण कोणत्याही काळात मान्य होणारी आहे. समर्थांच्या या उपदेशाने देश पेटविला. मराठ्यांमध्ये चैतन्य आलं. सज्जनांचे रक्षण हे जसे ईश्वरी कार्य तसेच दुष्टांचे निर्दालन हे पण भगवंताचेच कार्य आहे. सत्त्वगुणाच्या नावाखाली तमोगुणाची जोपासना करणं चुकीचे आहे. समर्थांनी देशाला सावध केलं. समर्थांचा राष्ट्रवादी दृष्टिकोन शिवरायांना उपयोगी पडला.

इ.स. १६५२ मध्ये समर्थ रामदास वरंधघाटातील शिवथरघळीत मुक्कामाला आले. त्या वेळी जावळी खोऱ्यात चंद्रराव मोरे यांचं वास्तव्य होतं. मोरे आदिलशाहीशी एकनिष्ठ होते. त्यांच्यावर लक्ष ठेवणे जरूरीचे होते. घळीत एकांत मिळाल्यामुळे संप्रदायासाठी 'दासबोधा'ची रचना करण्याचा मानस होता. घळीत समर्थांनी मठ स्थापन केला. 'दासबोधा'च्या रूपाने समर्थ नव्या युगाची चतु:सूत्री तयार करत होते.

मुख्य हरिकथा निरूपण। दुसरे ते राजकारण।।
तिसरे ते सावधपण सवे विषई।।
चौथा अत्यंत साक्षेप। फेडावे नाना आक्षेप।।
अन्याये थोर अथवा अल्प। क्षमा करीत जावा।।
राजकारण बहुत करावे। परंतु कळोनी नेदावे।
परपीडेवरी नसावे। अंत:करण।।
नष्टासी नष्ट योजावे। वाचाळासी वाचाळ आणावे।।

आपणावरी विकल्पाचे गोवें। पडोंचि नेदीं।।
धटासी आणावा धट। उद्धटासी पाहिजे उद्धट।।
खटनटासी खटनट। अगत्य करी।।
जैशासी तैसा जेव्हा भेटे। तेव्हा मजालसी थाटे।।
इतुके होते परी धनी कोठे। दृष्टीस न पडे।।
अखंडचि सावधाना।। बहुत काये करावी सूचना।
परंतु काही येक अनुमाना। आणिले पाहिजे।।
उदंड करी गुप्तरूपें। भिकाऱ्यासारिखा स्वरूपे।।
तेथे यश किर्ती प्रतापें। सीमा सांडिली।।
लोकी लोक वाढविलें। तेण अमर्याद जाले।।
भूमंडळी सत्ता चाले। गुप्तरूपे।।

सर्वसामान्यांना राजकारणाविषयी वाटणारी उदासीनता घातक आहे. त्यामुळे देशाचे अध:पतन होत आहे. याची जाणीव असल्यामुळे समर्थ राजकारणात प्रवेश करतात. हरिकथा निरूपणाबरोबर राजकारण हवं, असं ते चातुर्याने गळी उतरवतात. धर्म व राजकारण यांचा समन्वय आवश्यक आहे. राजकारण सावधपणे करावे, हा समर्थ संदेश महत्त्वाचा, त्याची झलक त्यांनी महाराजांना पाठविलेल्या पत्रातून सहजपणे दिसते.

विवेके करावे कार्यसाधन। जाणार नरतनू हे जाणोन।
पुढील भविष्यार्थी मन। रहाटोचि नये।।१।।
चालू नये असन्मार्गी। सत्यता बाणली अंगी।
रघुवीर कृपा ते प्रसंगी। दास महात्म्य वाढवी।।२।।
रजनीनाथ आणि दिनकर। नित्य करिती संचार।
घालिताती येर झार। लाविले भ्रमण जगदीशे।।३।।
आदिमाया मूळ भवानी। हे सकळ ब्रह्मांडाची स्वामिनी।
एकांती विवेक करूनी। इष्ट योजना करावी।।४।।

समर्थांनी राजकारणात किती सावधानता बाळगावी, याचा वस्तुपाठ स्वत:च घालून दिला. विजापूरचा सरदार निघाला आहे, ही सूचना समर्थांनी काव्यातून दिली आहे.

इशारतीचे बोलो नये। बोलायाचे लिहू नये।
लिहायाचे सांगो नये। जबानीने।
करणे असेल अपाये। तरी बोलोन दाखवू नये।
परस्परेचि प्रत्यये। प्रचीतिस आणावा।।
कोणाचा भरवसा न धरावा। आपण आपला विचार पाहावा।।
तकवा उदंड धरावा। काही येक विषयी।
क्षणाक्षणा सांभाळावे। बदलेल म्हणोनि।।
कार्यकर्ते दूरी करावे। प्रसंगी सवेची हाती धरावे।
परंतु शोधूनि पहावे। कपटाविषयी।।

समर्थांचे सावधानतेचे राजकारण स्वार्थापोटी नसून महाराष्ट्रधर्म वाढविण्यासाठी होते. जर इस्लामी राजवट संपली नसती तर हिंदू धर्माची नावनिशाणीही शिल्लक राहिली नसती. शिवाजीमहाराजांच्या मनात समर्थांविषयी कमालीचा आदर असूनही त्यांनी राजकारणात प्रत्यक्ष स्वत:ची अथवा नातलगांची वर्णी लावण्यासाठी इच्छा बाळगली नाही. नि:स्पृह वृत्तीने कार्य करणारा हा महान संत आदर्श आहे. रामराज्य अथवा आनंदवनभुवन हे समर्थांचं स्वप्न होतं. त्यासाठी राजकारणाचा अट्टाहास त्यांनी केला. महाराष्ट्रात हिंदूंचे सिंहासन निर्माण व्हावे ही त्यांची अंतरीची तळमळ होती. राजा अधर्मी, निधर्मी असेल तर भ्रष्टाचार माजतो, न्यायव्यवस्था कोसळते हे समर्थांचे तत्त्वज्ञान.

शिवाजीमहाराजांच्या राज्याभिषेकाने समर्थ आनंदी झाले. या समयी उपस्थित न राहणे हा समर्थांच्या सावधानतेचा भाग आहे. अत्यानंदाने त्यांची लेखणी स्रवू लागली.

स्वप्नी जें देखिले रात्री। तें तें तैसेंचि होतसे।
हिंडतां हिंडतां आलो। आनंदवनभुवनी।।

आनंदवनभुवन निर्माण करणे हे समर्थांचे जीवितकार्य होते. यानंतर आयुष्याच्या संध्याकाळी ते सज्जनगडावर राहिले.

समर्थांनी प्रपंचवादाचा पुरस्कार केला. कारण राष्ट्रउभारणीसाठी आदर्श नागरिकांची गरज होती. आदर्श नागरिक कुटुंबात तयार होतात. त्या काळी कुटुंबसंस्था खिळखिळी होत होती. निराशा, दुबळेपणा दिसू नये म्हणून लोक भगवी वस्त्रे परिधान करू लागले. संसारापासून लांब जाऊ लागले. कुटुंबसंस्था

हे आपल्या संस्कृतीचं वैभव. समर्थांना राष्ट्रउभारणीसाठी समाजसंघटना हवी होती. त्यासाठी कुटुंबे सुरक्षित राहणे आवश्यक होते. म्हणून समर्थांनी सांगितले...

आधी प्रपंच करावा नेटका। मग घ्यावे परमार्थ विवेका।
येथे आळस करू नका। विवेकी जन हो।
प्रपंच सोडून परमार्थ केला। तरी अन्न मिळेना खायाला।
मग तया करंट्याला। परमार्थ कैंचा।।
परमार्थ सांडून प्रपंच करिसी। तरी तू यमयातना भोगिसी।
अंती परम कष्टी होसी। यमयातना भोगताना।।
प्रपंची जो सावधान। तोच परमार्थ करील जाण।
प्रपंची जो अप्रमाण। तो परमार्थी खोटा।।

गृहस्थाची आदर्श दिनचर्या समर्थांनी सांगितली आहे. परमार्थ विवेक म्हणजे प्रपंचातील कर्तव्ये पार पाडून उरलेल्या वेळात परमार्थ करणे. समर्थांचा प्रयत्नवादावर भर होता.

केल्याने होत आहे रे। आधी केलेचि पाहिजे।
यत्न तो देव जाणावा। अंतरी धरिता बरे।।

सर्वसामान्य माणूस उद्योगप्रिय झाला की राष्ट्रीय अर्थव्यवस्था सुरक्षित असते, याची समर्थांना जाण होती. समर्थांनी माणसांना निष्क्रियता सोडून द्या व प्रयत्नवादी व्हा, असा संदेश दिला आहे. समर्थांची दूरदृष्टी असंख्य गोष्टींत दिसून येते. लोकसंख्या, कुटुंबनियोजन या प्रश्नांसंबंधीची चिंता व उपाय समर्थांनी 'दासबोधा'त सुचविले आहे.

लेकुरें उदंड जाहलीं। तों ते लक्ष्मी निघोन गेली।
बापडी भिकेसी लागली। काही खाया मिळेना।।
लेकुरें खेळती धाकुटी। येके रांगती येके पोटीं।
ऐसी घरभरी झाली दाटी। कन्या आणि पुत्रांची।।

एका संन्यस्त पुरुषाने रंगविलेलं कौटुंबिक चित्र परिणामकारक, मार्मिक आहे. कुटुंबात वाढत्या संख्येबरोबर खर्चही वाढतो. तो पेलवत नाही आणि दुःख येतं.

दिवसेंदिवस खर्च वाढिला। यावा होता तो खुंटोन गेला।
कन्या उपवरी जाल्या त्याला। उजवावया द्रव्य नाही।।

प्रपंच रडतखडत करण्यापेक्षा तो नेटका करावा, सावधपणे करावा यावर समर्थांचा कटाक्ष होता. आर्थिक योजना डोळसपणे करावी. भविष्यातील आर्थिक तरतूद वर्तमानात करणे आवश्यक असते, ही दूरदृष्टी 'दासबोधात' ठायी ठायी दिसते.

मेळविती तितुके भक्षिती।
ते कठीण काळी मरोनी जाती।
दीर्घ सूचनेने वर्तती। तेचि भले।।

राष्ट्राच्या उभारणीसाठी नागरिकांना आर्थिक महत्त्वाकांक्षा हवी. स्वावलंबी जीवनाचा संस्कार समर्थांनी 'दासबोधा'तून केला आहे. पैसा मोहापायी साठवायचा हा हेतू नसून राष्ट्रीय संपत्तीच्या वाढीसाठी त्याची नितांत गरज समर्थांना वाटते. आर्थिक समता त्यांना आवश्यक वाटते. त्यामुळे प्रत्येकाने गरज भागल्यानंतर उरलेला पैसा, वस्तू दीनदुबळ्यांसाठी खर्च करावा असा उपदेश समर्थ करतात.

अडले आकसले जाणावे। बहुतांच्या कामास यावे।
उणे पडो नेदावें। कोणे येकाचे।।

मानवी जीवनाचा विचार समर्थांनी राष्ट्र व समाज या कोंदणात केला आहे. प्रापंचिक माणसाने फक्त प्रपंचापुरता विचार न करता समाजाचा विचार करावा. 'मूर्ख ते शहाणे करावे। विवेकी पुरुषे।' असं समर्थ सांगतात. पारमार्थिक माणसानेसुद्धा एकलकोंडेपणा सोडून देऊन समाजहिताचा विचार करावा. लोकसंग्रह वाढवावा, मार्गदर्शन करावे. माणसे कशी जोडावीत याचा मंत्र समर्थ सांगतात...

सोयऱ्या धायऱ्याची मुले। तीक्ष्ण बुद्धीची सखोले।
तयासी बोलणे मृदू बोले। करीत जावे।।
त्यांचा संसार समाचार। पुसत जावा विस्तार।
उदंड सांगता तत्पर। होवोनि ऐकावे।।
दुःख सांगता दुःख जाते । त्यांचे दुःख हळू होते।
मग तें सवेचि धरीतें। मैत्र भाव।।
निकट मैत्री बरी होता। मग त्यासी न्यावे येकांता।

म्हणावे बा भगवंता। काहीतरी भजावे।।
मान्य होता जप सांगावा। मग तो इकडे पाठवून द्यावा।
मग तयाचा सकळ गोवा। उगवू आम्हीं।।

लहान मुलांशी प्रेमाने मैत्री करून, संवाद साधून, त्यांची सुख-दुःखे जाणून घेऊन त्यांना कार्यप्रवण करावे. दुसऱ्यांचा विचार हृदयापासून करावा. त्यांच्याशी प्रेमानं जवळीक साधावी. त्याशिवाय माणसं जिंकता येत नाहीत. जो अनेकांची 'अंतरे' जाणून घेतो तो खरा भाग्यवंत. जो बहुतांचा शत्रू तो खरा पढतमूर्ख, असं समर्थ सांगतात.

आपणास चिमोटा घेतला। तेणे कासावीस जाला।
आपणावरून दुसऱ्याला। वोळखीत जावे।
बरे बोलता सुख वाटे। हे तो प्रत्ययास येते।
तरी मग कर्कश बोलावे ते । काये निमित्त।।
जीव जीवात घालावा। आत्मा आत्म्यात मिसळावा।
राहराहो शोध घ्यावा। परांतराचा।।
बहुतांचे मुखी उरावे। बहुतांचे अंतरी भरावे।
उत्तम गुण विवरावे। भूमंडळी।।

सामान्य माणसात मिसळून त्याला जाणून घेण्याची कला प्रत्येक माणसाला हवीच हवी. समाज बांधायचा असला, एकत्रित करायचा असला तर मृदू बोलणे कार्यकर्त्याला अत्यावश्यक असते. नुसती विद्वत्ता, कुशाग्र बुद्धी माणसं जोडण्यासाठी पुरत नाही. सुख-दुःखं आपलं केलं की माणसं कायमची जवळ राहतात. अहंकारी मन कधी दुसऱ्याजवळ जाऊ शकत नाही. जो स्वत:ला विसरतो तो दुसऱ्यात विरघळतो.

'दिसामाजी काही तरी ते लिहावे' हा समर्थसंदेश केवळ त्या काळापुरता नव्हता. या संदेशात समर्थांचं चातुर्य व दूरदृष्टी होती. समर्थ संप्रदायात व्यासंगावर भर होता. हरिकथा निरूपणावर समर्थांची दृष्टी होती. समर्थांनी जे मठ स्थापन केले त्याचे मठपती अभ्यासू असावेत, असा त्यांचा आग्रह होता. धर्माचा अभ्यास करून ते कीर्तन-प्रवचन करतील, हा समर्थांचा कटाक्ष होता. मुद्रणकला, छापखाने यांचा शोध लागला नव्हता. त्यामुळे 'याचे वय आहे नूतन। त्याने लेहावे जपून।' असं सांगणारे समर्थ याच मुशीतून घडले होते. त्यांचा कोणताच उपदेश

कोरडा वाटत नाही. बुद्धीशिवाय जीवनात गती नाही. त्यासाठी भोळसटपणा आपण आपला घालवायला हवा.

समर्थांचा स्त्रीविषयक दृष्टिकोन अत्यंत दिलदार होता. स्त्री-शिष्यांना उपनिषदाचे महाद्वार त्यांनी मुक्त केले. त्यांच्या मनात स्त्रीविषयी अत्यंतिक आदर होता. वेणाबाई, अंबिकाबाई, कृष्णाबाई या समर्थशिष्या व्यासंगी होत्या. जन्मांध कृष्णाबाई विद्वान होत्या. समर्थांनी त्या काळी स्त्रियांना प्रवचन-कीर्तनाचे अधिकार देऊन त्यांना मठाधिपती केले. समर्थांची शिस्त अत्यंत कठोर होती. धार्मिक ग्रंथाचे वाचन झोपून करणाऱ्याला त्यांनी शिकविलेला धडा बोधात्मक आहे. 'आपण मंचकावरी लोळावे। आणि सरस्वतीने आपणावरी वोळावे। इतकी सरस्वती स्वस्त नाही।' समर्थांनी तयार केलेले महंत म्हणजे चालतीबोलती विद्यालये होती आणि समर्थमठ म्हणजे निर्मळ विद्यापीठे होती. सखोल ज्ञान, त्यासाठी प्रयत्नांची पराकाष्ठा यावर समर्थांचा कटाक्ष होता. समर्थ मठांनी महाराष्ट्राला 'आधुनिक ग्रंथालय' दिलं. समर्थशिष्यांच्या ग्रंथांची संख्या अगणित आहे. लिहिणे, वाचणे व सांगणे या तीन गोष्टी समर्थांना आवश्यक वाटायच्या. समर्थांना आपले शिष्य बुद्धिमान हवे होते. बुद्धीबरोबर शक्तीवर त्यांचा भर होता. शिष्य शरीराने बलदंड हवा. त्याच्या बलदंड शरीराचा वचक समाजावर हवा. देशसेवा करणाऱ्या माणसासाठी आवश्यक असलेले गुण स्वत: समर्थांनी अंगी बाणवले होते. देशसेवक भगवंताचा प्रामाणिक भक्त हवा. तो बुद्धिमान असल्यामुळे त्याने धर्मग्रंथांचा सखोल अभ्यास करावा. बलदंड शरीर त्याने कमवावे. ही समर्थांची त्रिसूत्री प्रत्येक काळात जगाच्या पाठीवर अत्यावश्यक आहे.

जगाला व्यवहारवाद, राजकारण सांगणाऱ्या समर्थांना ज्ञानदेवांचा भक्तियोग श्रद्धास्थानी होता.

पृथ्वीमध्ये जितुकीं शरीरें। तितुकीं भगवंताचीं घरें।
जितकीं शरीरें तितकी मंदिरें। कळलीं पाहिजे।।
नारायण असे विश्वी। त्यांची पूजा करत जावी।
याकारणें तोषवावीं। कुणीतरी काया।।

'करुणाष्टका'त समर्थांनी भजनाची व्याख्या सांगितली आहे.

भेटो कुणी येक नर। धेड महार चांभार।
त्याचें राखावें अंतर। त्या नाव भजन।।
अनाथांचा नाथ रे। त्याला कैसी जात रे।
चोख्यामेळ्या संगे जेवी। दही दूध भात रे।।
रामीं रंगलें ते मन। असो नीच जाती।
त्यांच्या चरणांसी। वंदीन मी माती।।

समर्थांना सर्व स्त्रियांत सीतेचे रूप व प्रत्येक पुरुषात रामरायाचे रूप भेटे. भेदभाव करणे समर्थांना मान्य नव्हते. सर्वांभूती भगवद्‌भाव ही त्याची जीवनशैली. समर्थांच्या प्रत्येक कृती-उक्तीत देव आहे. त्यांच्या प्रत्येक विचारात मानवतेची पूजा आहे. 'दासबोधा'तील प्रत्येक शब्द वेद आहे. दैनंदिन जीवनातील प्रत्येक प्रश्नाची समर्पक उत्तरे 'दासबोधा'त सापडतात. दासबोधाचे बोट धरून चालल्यास काही अडचण येणार नाही. समर्थस्मरण आपल्या श्वासात हवं.

मानवी जीवनाला सामर्थ्य देणारे समर्थ आणि सज्जनगड यांचं नातं अवर्णनीय आहे. आपल्या आयुष्याची सायंकाळ आवडत्या सज्जनगडार व्यतीत करत असताना त्यांना प्रिय माणसांचा कायमचा विरह सहन करावा लागला. इ.स. १६७७ मध्ये फाल्गुन वद्य चतुर्दशीला समर्थांचे प्राणप्रिय बंधू श्रेष्ठ गंगाधरस्वामींचे निर्वाण झाले. समर्थ अंतर्मुख झाले. मन विषण्ण झालं. इ.स. १६७८ मध्ये वेणास्वामींनी त्यांना माहेरी पाठवण्याचा आग्रह धरला. प्रवृत्ती हे वेणाबाईंचं सासर, तर निवृत्ती म्हणजे त्यांचं माहेर होतं. वेणाबाईंना निजरुपात विलीन होण्याची तीव्र इच्छा होती, हे समर्थांनी जाणले. 'शिष्य मागतो समाधी। पुत्र मरे बापाआधी।' हे दुःख समर्थांच्या वाट्याला आलं. वेणाक्का म्हणजे त्यांची मानसकन्या. कन्येचं माहेरपण लांबवावं, असं समर्थांना वाटलं. अखेरीस चैत्र वैद्य अमावस्येला वेणीच्या कीर्तनाची सिद्धता झाली. या कीर्तनी वेणाबाईंचे देहभान हरपले. मनाचे उन्मन झाले. समर्थांच्या पायी लोटांगण घालून वेणास्वामी आत्मस्वरूपात विलीन झाल्या. समर्थ गंभीर झाले. ३ एप्रिल १६८० चैत्र शुद्ध पौर्णिमा. रायगडावर राजा शिवछत्रपती यांचा दुपारी बारा वाजता अंत झाला आणि समर्थ आत्यंतिक कष्टी झाले. एकांतप्रिय झाले. आपल्या नीरवानिरवीच्या तयारीत असताना इ.स. १६८२ मध्ये रायगडावर संभाजीमहाराजांचा राज्याभिषेक

झाला. त्या वेळी समर्थांनी संभाजीराजांना पत्र पाठविले. हाच समर्थांचा अखेरचा संदेश. जो संदेश जगातील प्रत्येक तरुणाने, प्रत्येक काळी मस्तकी धरून आचरणात आणावा.

अखंड सावध असावे। दुश्चित्त कदापि नसावे।
तजविजा करत बैसावे। एकांत स्थळी।।
काही उग्रता सांडावी। काही सौम्यता धरावी।
चिंता लागावी परावी। अंतर्यामी।।
समय प्रसंग ओळख । राग कदापि नसावा।
आला तरी कळो नेदावा। जनामध्ये।।
मागील अपराध क्षमावे। कारभारी हाती धरावे।
सुखी करूनी सोडावे। कामाकडे।।
पाणवठी तुंब निघेना। तरी मग पाणी चालेना।
तैसे सज्जनांच्या मना। कळले पाहिजे।।
जनांचा प्रवाहो चालिला। म्हणिजे कार्यभाग आटोपिला।
जन ठाई ठाई तुंबिला। म्हणिजे खोटे।।
श्रेष्ठी जे जे मेळविले। त्यासाठी भांडत बैसले।
मग जाणावे फावले। गलीमासी।।

संघर्ष माणसाचा, देशाचा नाश करतो. आपल्यातील संघर्षामुळे शत्रू शिरजोर होतो. फितुरी हा सर्वात मोठा शाप आहे. समर्थांच्या या संदेशात जगाचं कल्याण आहे.

२२ जानेवारी इ.स. १६८२. माघ. वद्य नवमी या दिवशी समर्थांनी देहत्याग करण्याचे योजिले. जीवितकार्य संपल्याची जाणीव झाल्यामुळे प्रकृती उत्तम असतानासुद्धा समर्थांनी असा निर्णय घेतला. अंतकाळी समर्थांनी आपल्या शिष्यांना 'रामकथा ब्रह्मांड भेदून पल्याण न्यावी. माझे चितास्थानी राममंदिर बांधावे', असा संदेश दिला. अंतसमयी समर्थ शिष्यांसी बोलिले –

माझी काया आणि वाणी। गेली म्हणाल अंत:करणी।
परी मी आहे जगज्जीवनी। निरंतर।।
आत्माराम दासबोध। माझे स्वरूप स्वत:सिद्ध।
असता न करावा खेद। भक्तजनीं।।

नका करू खटपट। पहा माझा ग्रंथ नीट।
जेणे सायोज्यतेची वाट। गवसेल की।।
समुद्र तिरस्थांचा नाशची आहे। देवद्रोहियांचा नाशची आहे।

श्रीराम समर्थ

समर्थांनी प्राण सोडला. पहिले समर्थशिष्य उद्धवस्वामी यांनी सज्जनगडावर त्यांच्या देहावर अग्निसंस्कार केला. अस्थी गोळा करण्यासाठी शिष्यमंडळी गेली तेव्हा साळुंकीच्या आकाराची स्वयंभू समाधी जमिनीतून आपोआप वर आली. त्या जागी समर्थ आज्ञेनुसार प्रभु रामचंद्रांचे व समर्थ समाधीचे भव्य देवालय बांधले. सज्जनगडावरील समर्थ समाधी हे आज महाराष्ट्राचे स्फूर्तिकेंद्र झाले. समर्थांचा 'दासबोध' मराठी मनाच्या आचारविचारात सामावला तर आपण सुखी होऊ.

❐

२००९-१०
महाराष्ट्र राज्यनिर्मिती सुवर्णमहोत्सवानिमित्त डायमंड पब्लिकेशन्सचा वैविध्यपूर्ण पुस्तकांचा प्रकल्प

---

१) **महाराष्ट्राचे शिल्पकार** (पुनर्मुद्रित) **:** डॉ. सरोजिनी बाबर

२) **डायमंड महाराष्ट्र संस्कृतिकोश :** संपादन : दुर्गा दीक्षित

३) **१९ व्या शतकातील महाराष्ट्र :** डॉ. राजा दीक्षित

४) **महाराष्ट्राचा भूगोल :** डॉ. श्रीकांत कार्लेकर, प्राचार्या शैलजा सांगळे

५) **महाराष्ट्रातील संत कवयित्री :** प्रा. डॉ. आरती दातार

६) **महाराष्ट्रातील संत कवी :** प्रा. डॉ. आरती दातार

७) **महाराष्ट्रातील दैवते :** प्र. रा. अहिरराव

८) **महाराष्ट्रातील आधुनिक संत :** नीलिमा शिकारखाने

९) **महाराष्ट्राबाहेरील महाराष्ट्र :** एस. के. कुलकर्णी

१०) **महाराष्ट्रातील आदिवासी :** प्रा. डॉ. शौनक कुलकर्णी

११) **महाराष्ट्रातील उद्योजक :** जयप्रकाश झेंडे

१२) **महाराष्ट्रातील समाजकार्यकर्ते :** डॉ. नीलम ताटके

१३) **महाराष्ट्रातील शिलालेख :** प्रा. कल्पना रायरीकर, प्रा. मंजिरी भालेराव

१४) **महाराष्ट्रातील नद्या :** अनुजा जोशी

१५) **महाराष्ट्रातील शिक्षणाचा विकास :** प्रा. शमसुद्दिन तांबोळी

१६) **महाराष्ट्रातील शेती :** प्रा. डॉ. एम. यू. मुलाणी

१७) **महाराष्ट्रातील किल्ले :** डॉ. द. ग. देशपांडे

१८) **महाराष्ट्रातील खेळ : काल आज :** प्रा. शरद आहेर

१९) **महाराष्ट्रातील वैभवशाली दागिन्याची परंपरा :** शिल्पा कुलथे

२०) **महाराष्ट्रातील पंथ :** सुहास आगरकर

२१) **महाराष्ट्रातील प्रमुख संपादक :** ऋता बावडेकर

२२) **महाराष्ट्रातील प्रसारमाध्यमे :** संजय कोल्हटकर, प्रसाद कुलकर्णी

२३) **महाराष्ट्रातील प्रसिद्ध सरदार घराणी :** डॉ. एम. आर. कुलकर्णी

२४) **महाराष्ट्रातील पक्षी :** डॉ. सतीश पांडे

२५) **महाराष्ट्राची लोकसंख्या – नियोजन व विकास :** ज. श. आपटे

२६) **महाराष्ट्रातील महिला उद्योगपती :** प्राचार्या शैलजा सांगळे

२७) **महाराष्ट्राची संतपरंपरा :** डॉ. आरती दातार

२८) **महाराष्ट्राचे गरिबी :** डॉ. सुनील मायी

२९) **लढा संयुक्त महाराष्ट्राचा :** रवीकिरण साने

३०) **ऐतिहासिक पोवाडे :** य. न. केळकर

३१) **महाराष्ट्राचे वक्ते :** अनिल बळेल

३२) **महाराष्ट्रातील प्राचीन मंदिरे व स्थापत्य शैली :** भाग्यश्री काळे-पाटसकर

३३) **महाराष्ट्रातील सिंचन पाणलोट क्षेत्र विकास आणि जलसंधारण :**
प्रा. एस. व्ही. ढमढेरे

३४) **महाराष्ट्रातील तीर्थक्षेत्रे :** प्रा. सु. ह. जोशी

३५) **महाराष्ट्रातील सेवाभावी संस्था :** ज्योती आफळे

३६) **महाराष्ट्र पर्यटन :** प्रा. शिल्पा कुलकर्णी

३७) **महाराष्ट्रातील सहकार चळवळी :** शिरीष देशपांडे

३८) **उज्ज्वल महाराष्ट्रासाठी** भाग १ : मा. ना. आर. आर. पाटील

३९) **उज्ज्वल महाराष्ट्रासाठी** भाग २ : मा. ना. आर. आर. पाटील

४०) **महाराष्ट्र : समाज आणि संस्कृती** : प्रा. डॉ. अ. रा. कुलकर्णी

४१) **मराठे आणि महाराष्ट्र :** प्रा. डॉ. अ. रा. कुलकर्णी

४२) **मध्ययुगीन महाराष्ट्र :** प्रा. डॉ. अ. रा. कुलकर्णी

४३) **मराठ्यांचे इतिहासकार (इतिहासलेखन पद्धती)** : प्रा. डॉ. अ. रा. कुलकर्णी

४४) **मराठ्यांचा इतिहास : साधन परिचय** :
प्रा. डॉ. अ. रा. कुलकर्णी, डॉ. म. रा. कुलकर्णी, डॉ. मा. रा. कंटक

४५) **महाराष्ट्र दिनविशेष :** वि. ना. होनप, प्रा. गणेश राऊत

४६) **महाराष्ट्रातील लेणी** : प्रा. सु. ह. जोशी

४७) **महाराष्ट्रातील परिवर्तनाचा इतिहास** : प्रा. गणेश राऊत, प्रा. ज्योती राऊत

४८) **महाराष्ट्रातील चलनाचा इतिहास** : प्रा. पद्माकर प्रभुणे

४९) **महाराष्ट्र संस्कृती १८१८ पर्यंत** :
संपादक : प्रा. डॉ. शुभांगना अत्रे, प्रा. कल्पना रायरीकर, सौमित्र केंजळे

५०) **महाराष्ट्राचे समाजशास्त्र :** प्रा. शिल्पा कुलकर्णी